U0044752

SÔNG NÚI TRÊN VAI

Tuyển Tập Thơ Việt Nam (Việt – Trung – Đài)

肩上江山 越南現代詩選/越中台三語版

KENG-KAH-THÂU Ê KANG-SAN
Oa̍t-lâm si-soán

蔣為文 主編

蔣為文 呂越雄 陳正雄 陳理揚 蔡氏清水 譯

國家圖書館出版品預行編目（CIP）資料

肩上江山：越南現代詩選（越中台三語版）/ 友請等作；蔣為文等譯
- - 初版 - - 臺南市：亞細亞國際傳播社
2019.11
　面；公分
ISBN: 978-986-94479-8-0(平裝)
越、中、台三語版
868.351　　　　　　　　　108019332

肩上江山

越南現代詩選 越／中／台三語版
SÔNG NÚI TRÊN VAI
Tuyển Tập Thơ Việt Nam (Việt – Trung – Đài)

作者 / 友請 (Hữu Thỉnh)、陳登科 (Trần Đăng Khoa)、
　　　陳潤明 (Trần Nhuận Minh)、英玉 (Anh Ngọc) 等
譯者 / 蔣為文、呂越雄、陳正雄、陳理揚、蔡氏清水
策劃 / 國立成功大學越南研究中心、台越文化協會、
　　　台文筆會
主編 / 蔣為文
校對 / 呂越雄、陳理揚、潘秀蓮、穆伊莉
出版 / 亞細亞國際傳播社
網址 / http://www.atsiu.com
TEL / 06-2349881
FAX / 06-2094659
公元 2019 年 11 月　初版第 1 刷
Copyright © 2019 by Asian Atsiu International
ISBN：978-986-94479-8-0

Printed in Taiwan　NT 456　　　　　版權所有 · 翻印必究

本書榮獲台灣文化部、內政部移民署新住民發展基金、台灣羅馬字協會 補助出版

MỤC LỤC
Vietnamese

MỤC LỤC

MỤC LỤC

MỤC LỤC

目錄

目錄

BȮK-LIȮK

序

序｜越南作家協會
LỜI NÓI ĐẦU｜VIETNAMESE

Thơ ca là bảo tàng đặc biệt của tâm hồn Việt Nam. Ở đó còn lưu giữ được biết bao vẻ đẹp về phẩm giá, sức mạnh và sự quyến rũ của tình yêu thương con người. Nó là những lời ru êm dịu đầu đời, là lời hò hẹn thiết tha, và cũng là bệ phóng tinh thần giúp cho các thế hệ Việt Nam lớn lên và vượt qua mọi thăng trầm của lịch sử. Đó quả là một ngôi đền tráng lệ và thiêng liêng mà tập sách nhỏ này mới chỉ là những ô cửa đầu tiên giúp bạn đọc đi vào một thế giới.

Cuộc gặp gỡ sẽ trở nên thú vị biết bao nếu chúng ta tìm được một sự mở đầu thích hợp. Suy nghĩ rằng, những người cầm trên tay cuốn sách này là những người cùng thời với các tác giả, nghĩa là những người có chung những trải nghiệm về thời đại mà chúng ta đang sống, nên những người làm sách chúng tôi muốn bắt đầu bằng thì hiện tại. Nhưng khó khăn lại chính là ở chỗ đó. Bởi vì thơ ca đương đại Việt Nam là giai đoạn phát triển phong phú, đa dạng nhất kết quả của những cuộc đụng độ lịch sử và giao tiếp cởi mở trong một thế kỷ bão táp vừa qua. Chọn ai và chọn những thi phẩm nào là một bài toán khó, thậm chí rất khó. Trong công việc rất nhiều khó khăn này, chúng tôi học bài học của những chiếc đồng hồ nước, từng giọt, từng giọt, bền bỉ, rồi chúng ta sẽ bắt gặp biển lớn.

Để đến tay các thi hữu thân thiết vào dịp tổ chức Hội nghị quốc tế quảng bá văn học Việt Nam lần thứ IV và Liên hoan Thơ quốc tế lần thứ III đáng ghi nhớ này, chúng tôi chân thành cảm ơn sự cộng tác và những đóng góp đáng kính của Ban Tuyển chọn, các dịch giả và những người lặng lẽ làm việc ở phía sau trang sách.

Hy vọng những tập sách tiếp theo sẽ từng bước giúp bạn đọc ở nước ngoài có một cách nhìn đầy đủ hơn về toàn cảnh thơ Việt Nam, niềm tự hào của một dân tộc yêu hòa bình và nâng niu tình bạn.

Hà Nội, ngày 1/2/2019
Chủ tịch Hội Nhà văn Việt Nam
Nhà thơ HỮU THỈNH

序｜越南作家協會
CHINESE

　　詩歌，是越南人心靈的寶庫。在詩歌裡蘊含了無數對人類的美德與愛的力量和魅力；她是人生最溫暖的搖籃曲、渴望的誓言、精神的舞台，孕育了每個世代的越南人並陪伴走過歷史的起起落落。她的確是一座壯麗又神聖的殿堂，而這本書則是指引讀者進入這奧秘世界的第一道門。

　　若我們能找到適切的起點，則每次的相會就會更有意義。原本我們編輯團隊想要從「現在式」著手，讓手上拿著這本書的讀者能夠與書裡的詩人一同體驗同一個年代的生活經驗。但，這或許有困難之處。因為越南當代詩歌是發展最豐富、最多元的階段，是過去一個世紀裡在惡劣環境中逐漸克服困難才能獲得的豐收成果。要收錄哪位作家的作品是一個難題，且是最難解的。面對這高難度的工作，我們學到一個經驗，就是以「水鐘」運作的原理來解套，如同一滴又一滴的水滴，耐心地滴下，期許將來與「大海」匯聚相逢。

　　本書能夠在第四屆推廣越南文學國際研討會暨第三屆國際吟詩節這二大活動中送到摯愛的詩友手中，要特別感謝值得敬佩的評選委員們的合作及貢獻，以及幕後默默地促成詩集每一頁問世的翻譯、編輯團隊。

　　希望後續其他作品的出版，得以幫助國外讀者對越南詩歌的全景，意即一個熱愛和平與珍惜友情的族群之驕傲，能有全方面的認識。

詩人　友請

越南作家協會主席

河內，2019 年 2 月 1 日

（本文係原版越文版序言翻譯）

序 | 越南作家協會
Ōe-thâu |TAIWANESE

Koa-si sī Oa̍t-lâm-lâng sim-lêng ê pó-chōng. Tī koa-si lāi-té ū pau-hâm bē-chió tùi lán lâng ê bí-tek hām thiàⁿ-sioh ê le̍k-liōng kap bī-le̍k. I sī jîn-seng siōng un-loán ê iô-eⁿ-á-kóa, n̄g-bāng ê sè-giân, cheng-sîn ê bú-tâi. I pôe-phōaⁿ ta̍k sè-tāi ê Oa̍t-lâm-lâng kiâⁿ kòe hong-hong-ú-ú ê le̍k-sú. Koa-si khak-si̍t sī sîn-sèng koh chin phài-thâu ê tiān-tn̂g, ah chit pún chheh tō sī beh jip-khì chit-ê ò-biāu sè-kài ê thâu 1 ê hō·-tēng.

Lán nā ē-sái chhōe tio̍h tú-hó ê khí-tiám, lán ta̍k pái ê siong-hōe tō ē koh khah ū ì-gī. Goân-té lán pian-chip thoân-tūi beh ùi "hiān-chāi-sek" lo̍h-chhiú, hō· chhiú lìn the̍h chit pún chheh ê tho̍k-chiá ē-tàng hām chheh lìn ê si-jîn chò-hóe thé-giām kâng 1 ê nî-tāi ê seng-oa̍h keng-giām. M̄-koh, ká-ná ū kí-su̍t-siōng ê khùn-lân. Oa̍t-lâm tong-tāi ê koa-si hoat-tián sī siōng hong-hù koh to-goân ê sî-chūn, sī kòe-khì tī khám-khia̍t ê khoân-kéng lāi-té ta̍uh-ta̍uh khek-ho̍k khùn-lân chiah tit-tio̍h ê hong-siu sêng-kó. Beh kéng tó 1 ê chok-ka ê chok-phín si̍t-chāi chin ûi-lân. Bīn-tùi chit khoán lân-tê, lán o̍h tio̍h 1 ê keng-giām. Tō-sī o̍h "chúi-cheng" ūn-chok ê goân-lí, iōng nāi-sim tán-thāi chúi-chu chit tih chit tih tảuh-tảuh-á lúi-chek chò tōa-hái chiah koh siong-hông.

Chit pún chheh ē-tàng tī tē 4 kài chhui-sak Oat-lâm bûn-hak gián-thó-hōe hām tē 3 kài kok-chè gîm-si-cheh chit 2 tiûⁿ lāu-jiat ê oah-tōng lāi-té sàng hō˙bat-chih ê si-iú, sit-chāi ài kám-siā chin chē lâng ê phah-piàⁿ, in tō sī phêng-soán úi-oân-hōe, hoan-ek-chiá hām pian-chip thoân-tūi.

Ǹg-bāng āu-sòa ē-tàng ū kî-thaⁿ chok-phín chhut-pán thang pang-chān kok-gōa ê thok-chiá jīn-bat Oat-lâm bûn-hak, chit-ê jiat-ài hó-pêng koh tin-sioh iú-chêng ê bîn-chok só˙chhòng-chō ê bûn-hak.

Si-jîn Hữu Thỉnh

Oat-lâm Chok-ka Hiap-hōe chú-sek

Hô-lāi, 2019/2/1

(Pún-bûn sī goân-pán ê Oat-lâm-bûn ōe-thâu hoan-ek)

序｜蔣為文 VIETNAMESE

Văn học là nhịp cầu kết nối giữa Việt Nam và Đài Loan

"Sông núi trên vai" là một tuyển tập thơ đáng được ca ngợi và tán dương, là một tuyển tập thơ khiến độc giả cảm động đến rơi nước mắt của thơ ca Việt Nam. Tuyển tập thơ này đã ghi chép lại những phấn đấu, hy sinh vì sự nghiệp đấu tranh chống chính quyền thực dân, theo đuổi nền độc lập dân chủ của nhân dân Việt Nam trong thời cận đại. Đài Loan cũng giống Việt Nam, đều đã từng bị Trung Quốc và các chính quyền ngoại bang chiếm đóng và thống trị. Người dân Đài Loan khi đọc tập thơ được viết bằng máu và nước mắt này có lẽ sẽ có những cảm xúc và nhận thức sâu sắc hơn.

Văn học là nhịp cầu kết nối giữa Việt Nam và Đài Loan! Tiếp nối việc phiên dịch và xuất bản tập thơ "Đi ngang thế gian" (với ba ngôn ngữ Việt-Trung-Đài) của nhà thơ Việt Nam-Trần Nhuận Minh được đánh giá rất cao vào năm 2018, năm nay một lần nữa chúng tôi cho xuất bản tập tinh tuyển thơ "Sông núi trên vai", tác phẩm của 45 nhà thơ Việt Nam. Tập tinh tuyển thơ này vốn là để phục vụ cho Liên Hoan Thơ Quốc tế do Hội Nhà Văn Việt Nam xuất bản tại Việt Nam vào tháng 1 năm 2019. Lúc đó tôi và đoàn đại biểu Hội Nhà Văn Đài Loan đại diện cho Đài Loan tham dự Liên Hoan Thơ Quốc tế do Việt Nam tổ chức. Khi chúng tôi nhận được tập thơ này thì mọi người trong đoàn đều cảm thấy nội dung của nó rất hay, rất có ý nghĩa. Vì thế, chúng tôi đã tranh thủ trao đổi ngay với Hội Nhà Văn Việt Nam để nhận được quyền phiên dịch tập thơ này sang tiếng Đài và tiếng Trung rồi xuất bản ở Đài Loan. Chúng tôi vô cùng cảm ơn Chủ tịch Hội Nhà Văn Việt Nam - nhà thơ Hữu Thỉnh, ông đã rất khẳng khái, lập tức đồng ý trao quyền phiên dịch cho chúng tôi. Chúng tôi cũng rất lấy làm vinh dự có thể trở thành đơn vị có quyền xuất bản ở nước ngoài đầu tiên của tập thơ "Sông núi trên vai".

Cuối cùng, chúng tôi xin cảm ơn 45 nhà thơ tác giả, khi các vị đa dùng ngòi bút của mình ghi lại những kinh nghiệm từng trải của bản thân hay cảnh ngộ của bạn bè, của những người xung quanh. Chúng tôi cũng đặc biệt cảm ơn các dịch giả, ban biên tập và các đơn vị như trường Đại Học Quốc Gia Thành Công, Hội Nhà Văn Đài Loan, Hiệp Hội Văn Hóa Việt Đài, Hiệp Hội Chữ La-tinh Đài Loan, Sở Di Dân Bộ Nội Chính, Bộ Văn Hóa Đài Loan v.v... đã đóng góp tiền bạc và công sức để hoàn thành việc xuất bản tập thơ này.

Tưởng Vi Văn
Giáo sư Khoa Văn học Đài Loan &
Giám đốc Trung tâm Nghiên cứu Việt Nam
Đại học Quốc gia Thành Công

序｜蔣為文 CHINESE
文學是台越交流的橋樑

《肩上江山》是一部可歌可泣的越南詩選集。
它記錄了近代越南人民反抗外來殖民政權，追求民
族獨立所做的犧牲與奮鬥。台灣和越南一樣，都曾
被中國及其他外來政權殖民統治過。台灣人在閱讀
這本用血淚撰寫的詩集時應該會有更深的體會與感
受。

文學是台越交流的橋樑！繼 2018 年翻譯出版
越南詩人陳潤明的《戰火人生》（越、中、台三語
版）頗受好評之後，我們今年再度推出精選 45 位
越南作家作品的《肩上江山》。這本書原本是越南
作家協會為配合辦理越南文學及國際吟詩節而於
2019 年 1 月在越南出版。當時我和台文筆會代表
團代表台灣出席越南主辦的這個文學盛會。當我們
收到這本書時，全團團員都覺得內容非常好，非常
有意義。因此，我們於第一時間就向越南作家協會
爭取授權翻譯成台文及中文並在台灣出版。非常感
謝越南作家協會會長「友請」很阿莎力馬上同意授

權。我們也很榮幸可以成為《肩上江山》第一份
授權在外國出版的單位。

　　最後，感謝這 45 位作家把他們的親身經歷或
親友的遭遇用文學的筆記錄下來。也特別感謝譯
者、編輯團隊及國立成功大學、台文筆會、台越
文化協會、台灣羅馬字協會、內政部移民署、文
化部等單位出錢出力才能順利出版這本書。

蔣為文

國立成功大學
越南研究中心主任、台灣文學系教授

序 | 蔣為文 TAIWANESE

Bûn-ha̍k sī Tâi-Oa̍t kau-liû ê kiô-niû

Keng-kah-thâu ê Kang-san sī chi̍t pún hō͘ lâng tha̍k tio̍h ē kám-tōng ba̍k-sái póe bē-lī ê Oa̍t-lâm si-soán. I kì-lo̍k kīn-tāi Oa̍t-lâm jîn-bîn té-khòng gōa-lâi sit-bîn chèng-koân, tui-kiû bîn-cho̍k to̍k-li̍p só͘ chò ê hi-seng hām phah-piàn. Tâi-oân hām Oa̍t-lâm kâng-khoán, lóng bat hō͘ Chi-ná kah kî-thaⁿ gōa-lâi chèng-koân sit-bîn thóng-tī kòe. Tâi-oân-lâng teh tha̍k chit pún iōng hoeh kâm ba̍k-sái siá ê si-chi̍p ê sî, eng-kai ē ū chin chhim ê kám-siū chiah tio̍h.

Bûn-ha̍k sī Tâi-Oa̍t kau-liû ê kiô-niû! Chiap-sòa kū-nî hoan-e̍k chhut-pán Oa̍t-lâm si-jîn Tân Lūn-bêng ê Chiàn-hóe Jîn-seng, lán kin-nî koh chhut-pán chit pún cheng-soán 45 ūi Oa̍t-lâm chok-ka ê Keng-kah-thâu ê Kang-san. Chit pún chheh goân-té sī Oa̍t-lâm Chok-ka Hia̍p-hōe phòe-ha̍p kí-pān Oa̍t-lâm bûn-ha̍k hām kok-hè gîm-si-cheh, tī 2019 nî 1 goe̍h té chhut-pán ê. Hit tong-sî góa hām Tâi-bûn Pit-hōe tāi-piáu-thoân tāi-piáu Tâi-oân chhut-se̍k Oa̍t-lâm chú-pān ê chit-ê bûn-ha̍k oa̍h-tōng. Tng goán siu tio̍h chit pún chheh, ta̍k-ke lóng kám-kak lāi-iông chin hó, chin ū ì-gī. Goán tē-it sî-kan tō kā Oa̍t-lâm Chok-ka Hia̍p-hōe cheng-chhú siū-koân hoan-ėk chò Tâi-bûn hām Tiong-bûn thang tiàm Tâi-oân chhut-pán. Chin kám-siā Oȧt-lâm Chok-ka Hiȧp-hōe hōe-tiúⁿ Hữu Thỉnh chin a-sá-lih sûi tông-ì siū-koân. Goán mā chin êng-hēng ē-tàng chiâⁿ chò Keng-kah-thâu ê Kang-san tē-it hūn siū-koân tī gōa-kok chhut-pán ê tan-ūi.

Siōng-bóe, tiȯh kám-siā chit 45 ūi chok-ka kā in ka-tī iȧh-sī chhin-chiâⁿ pêng-iú ê keng-lėk iōng bûn-hȧk ê pit kì-lȯk lȯh-lâi. Mā tȧk-piȧt kám-siā ėk-chiá, pian-chip thoân-tūi hām Kok-lip Sêng-kong Tāi-hȧk, Tâi-bûn Pit-hōe, Tâi-Oȧt Bûn-hòa Hiȧp-hōe, Tâi-oân Lô-má-jī Hiȧp-hōe, Lāi-chèng-pō͘ Î-bîn-sú, Bûn-hòa-pō͘ téng chia-ê tan-ūi chhut chîⁿ chhut lȧt, chiah ē-tàng sūn-lī chhut-pán chit pún chheh.

Kok-lip Sêng-kong Tāi-hȧk
Oȧt-lâm Gián-kiú Tiong-sim chú-jīm
Tâi-oân Bûn-hȧk-hē kàu-siū

Vietnamese

ANH NGỌC

Nhà thơ Anh Ngọc tên thật là Nguyễn Đức Ngọc. Sinh năm 1943 tại Nghi Lộc, Nghệ An. Hội viên Hội Nhà văn Việt Nam. Giải thưởng Nhà nước về Văn học nghệ thuật.

Sông núi trên vai
(Trường ca)

Kính tặng các nữ chiến sĩ Đoàn vận
tải H50, Cực Nam Trung Bộ.

• • •

Như chiếc cầu bắc qua dòng sông rộng
Họ bắc qua dòng thác xiết chiến tranh
Gửi lại mai sau hình bóng của mình
Những đường nét in trên nền năm tháng
Và lịch sử từ những trang giấy trắng
Sẽ đứng lên cao vút những dáng người.

• • •

Họ lên đường
Một buổi chiều Cực Nam xao xác lá khộp rơi
Nát vụn dưới chân người như kính vỡ
Từ cửa rừng gió chiều vừa mở
Đã hiện lên gương mặt đầu tiên
Dưới vành mũ lá sen
Bắt gặp một khoảng trời gió nắng
Hố mắt to hõm sâu đôi giếng cạn
Đọng ngàn đêm thức trắng đường dài
Nếp khăn rằn nhàu nát trên vai
Vết quai gùi hằn sâu chín đỏ
Đôi bờ vai nho nhỏ
Đong đầy ngàn cân
. . . .

Họ lại lên đường
Một buổi chiều như thế
Người đang đi cùng thế hệ với tôi
Trong vụn nắng rụng rơi
Chân trời cháy một màu vàng hoả hoạn
Những cánh chim lang thang tìm bạn
Những bông hoa khép cánh qua đêm
Trời cao xanh và êm
Hàng mây bạc nồng nàn như mặt gối
Họ rảo bước đi
Vầng trán chạm vào bóng tối
Lưng quay về phía mặt trời
Những gùi hàng như trái núi trên vai
Những gùi hàng chưa một giây rời họ
Như thể từ thuở nhỏ
Họ sinh ra đã gắn với những gùi hàng
Con gái cao một mét năm nhăm
Quả đạn DK vượt quá đầu nửa mét
Gùi trên lưng sự sống và cái chết
Như Bà Nữ Oa xưa đội đá vá trời
Những người đi cùng thế hệ với tôi
Gùi sông núi trên đôi vai bé nhỏ
Tầm vóc họ lớn hơn chính họ.

Bài ca về những đôi vai

Sau chuyến đi tải về
Đôi vai còn bốc lửa
Chiếc gùi hàng vừa dỡ
Đôi vai khuyết lại tròn

Mưa nắng đã mài mòn
Thịt da thành sắt đá
Chiếc khăn rằn trẻ quá
Bờ vai chưa chịu già

Cuộc chiến tranh đi qua
Đôi vai còn ấm mãi
Ngược về thời con gái
Tóc xõa trên vai trần

Hai mươi năm hành quân
Trọn một thời vất vả
Hơn người xưa vá đá
Vết sẹo trên da mềm

Vòng tay bạn thì êm
Cái quai gùi thì xót
Thương đôi vai khó nhọc
Gùi tình yêu qua cầu

Ta lại về bên nhau
Qua muôn trùng bom đạn
Thường tình và bí ẩn
Như vai kề bên vai.
....

Cực Nam Trung Bộ, tháng 3 – 4 năm 1975
Hà Nội, tháng 3 – 5 năm 1977
Sửa : 1993

02

NGỌC BÁI

Ngọc Bái sinh năm 1943 tại Trấn Yên, Yên Bái. Hội viên Hội Nhà văn Việt Nam. Giải thưởng Nhà nước về Văn học nghệ thuật.

Mộ người chiến sĩ

Ba mươi năm anh nằm giữa rừng già
Ba mươi năm lá xạc xào trên mộ
Không bia đá, không một dòng tên nhỏ
Thương xót anh dân bản đốt hương thờ

Giặc giết anh dưới gốc Pơ Mu
Anh với Pơ Mu cùng chung vết đạn
Máu anh đỏ thấm vào đất đỏ
Nuôi cây xanh đến trọn đời mình

Người vô danh hoa cỏ vô danh
Một nấm đất trồi lên trên ngực đá
Tán lá thẫm như mắt người thức ngủ
Như mắt người thương nhớ chớp không nguôi

Người lính thời Anh tuổi đã già rồi
Mái tóc bạc qua bao nhiêu chiến trận
Những đạo quân mọc dậy như rừng
Anh vẫn xanh với tuổi cây xanh

Thắp nén nhang trên phần mộ của anh
Gió vẫn thổi dọc rừng già da diết
Gió cứ thổi dọc cuộc đời thân thiết
Trên một phần xương thịt đất đai

4-1982

THU BỒN

Nhà thơ Thu Bồn tên khai
sinh là Hà Đức Trọng.
Sinh 1/12/1935 tại Điện
Thắng, Điện Bàn, Quảng
Nam. Mất 17/6/2003. Hội
viên Hội Nhà văn Việt
Nam. Giải thưởng Hồ Chí
Minh về Văn học nghệ
thuật.

‖*Qua quê mẹ*

Con sông bên bồi lo cho bên lở
anh đứng nơi này rát mặt với thời gian
qua quê mẹ không ghé về thăm mẹ
sông cứ chảy vòng quanh sông bỗng hóa sông Hàn

hải âu bay cánh trắng trăm vòng
đôi cánh dẻo như cuộc đời bằng nhựa
đêm sập tối nhà ai vừa nhen lửa
ngôi sao nào cũng mọc phía xa xôi

em đã về chưa mảnh đất hẹp vô cùng
hẹp như thể một con đường qua lại
anh vẫn tưởng không bao giờ hái
quả đầu mùa thơm ngọt tựa môi em

qua đồng bằng giọng hát thân quen
quen như thể không bao giờ lạ được
quen như thể cơn mưa nào cũng ướt
tóc em giờ nắng đã khô chưa?

quê hương tôi biển nhiều hơn là nước
giọt tận trời cao giọt tận đất sâu
biển đã thổi cồn cào cơn khát
giọt đầu nguồn trong - mắt em đâu?

nước đã tràn bờ nước đã về khơi
dòng sông suốt đời không đuổi kịp
những ghềnh thác thét gào khủng khiếp
khúc ngàn năm mây vẫn thấp ngang trời

chim ríu ran ngọn gió chào mời
ngực anh trống như ngôi nhà không cửa
tim rực cháy than hồng bốc lửa
bay lên cao siết cháy cả nền trời

từ phía vườn em trăng cứ mọc
mặt em đây trăng mấy cũng rằm
em đừng trách anh là ngọn gió
của trăm miền giờ vẫn thổi xa xăm...

1985 - 1990

04

HUY CẬN

Huy Cận sinh ngày 31 tháng 5 năm 1919, ở làng Ân Phú, huyện Hương Sơn, tỉnh Hà Tĩnh. Huy Cận mất ngày 19 tháng 2 năm 2005. Hội viên Hội Nhà văn Việt Nam. Giải thưởng Hồ Chí Minh về Văn học nghệ thuật.

Tràng giang

Sóng gợn tràng giang buồn điệp điệp,
Con thuyền xuôi mái nước song song.
Thuyền về nước lại, sầu trăm ngả;
Củi một cành khô lạc mấy dòng.

Lơ thơ cồn nhỏ gió đìu hiu,
Đâu tiếng làng xa vãn chợ chiều
Nắng xuống, trời lên sâu chót vót;
Sông dài, trời rộng, bến cô liêu.

Bèo giạt về đâu, hàng nối hàng;
Mênh mông không một chuyến đò ngang.
Không cầu gợi chút niềm thân mật,
Lặng lẽ bờ xanh tiếp bãi vàng.

Lớp lớp mây cao đùn núi bạc,
Chim nghiêng cánh nhỏ: bóng chiều sa.
Lòng quê dợn dợn vời con nước,
Không khói hoàng hôn cũng nhớ nhà.

05

NÔNG QUỐC CHẤN

Nông Quốc Chấn (1923-2002). Tên thật là Nông Văn Quỳnh. Quê quán: xã Cốc Đán, huyện Ngân Sơn, tỉnh Bắc Kạn. Hội viên Hội Nhà văn Việt Nam. Giải thưởng Hồ Chí Minh về Văn học nghệ thuật.

‖ *Nhớ*

... Đèn thương nhớ ai
Mà đèn không tắt...
(Ca dao)

Con suối nhớ ai
Róc rách róc rách
Đêm đêm ngày ngày
Nhắc thầm không trách.

Con chim nhớ ai
Bay đi bay lại
Mây chiều nắng mai
Xa xôi không ngại.

Cái nón nhớ ai
Dầm mưa dãi nắng
Đi trên đường dài
Không quên lời dặn.

Chiếc khăn nhớ ai
Bời bời trong óc
Chỉ màu không phai
Trùm lên mái tóc.

Chiếc cày nhớ ai
Sáng chiều xới đất
Con trâu chiếc vai
Hẹn mùa lúa tốt.

Chiếc quạt nhớ ai
Bay như cánh bướm
Gió thoảng bên người
Lòng thêm mát đượm.

Ngọn đèn nhớ ai
Suốt đêm không ngủ
Như mắt canh trời
Bừng bừng tia lửa.

Ai nhớ cứ nhớ
Ai đi cứ đi
Chiến trường súng nổ
Thắng giặc, lại về!

LÂM THỊ MỸ DẠ

Lâm Thị Mỹ Dạ sinh ngày 18 tháng 9 năm 1949 tại huyện Lệ Thuỷ, tỉnh Quảng Bình, cha là người gốc Hoa, mẹ người Huế. Hội viên Hội Nhà văn Việt Nam. Giải thưởng Nhà nước về Văn học nghệ thuật.

Khoảng trời, hố bom

Chuyện kể rằng: em, cô gái mở đường
Để cứu con đường đêm ấy khỏi bị thương
Cho đoàn xe kịp giờ ra trận
Em đã lấy tình yêu Tổ quốc của mình thắp lên ngọn lửa
Đánh lạc hướng thù. Hứng lấy luồng bom...

Đơn vị tôi hành quân qua con đường mòn
Gặp hố bom nhắc chuyện người con gái
Một nấm mộ, nắng ngời bao sắc đá
Tình yêu thương bồi đắp cao lên...

Tôi nhìn xuống hố bom đã giết em
Mưa đọng lại một khoảng trời nho nhỏ
Đất nước mình nhân hậu
Có nước trời xoa dịu vết thương đau

Em nằm dưới đất sâu
Như khoảng trời đã nằm yên trong đất
Đêm đêm, tâm hồn em tỏa sáng
Những vì sao ngời chói, lung linh

Có phải thịt da em mềm mại, trắng trong
Đã hoá thành những làn mây trắng?
Và ban ngày khoảng trời ngập nắng
Đi qua khoảng trời em
- Vầng dương thao thức
Hỡi mặt trời, hay chính trái tim em trong ngực
Soi cho tôi
Ngày hôm nay bước tiếp quãng đường dài?

Tên con đường là tên em gửi lại
Cái chết em xanh khoảng-trời-con-gái
Tôi soi lòng mình trong cuộc sống của em

Gương mặt em, bạn bè tôi không biết
Nên mỗi người có gương mặt em riêng!

Trường Sơn, 10-1972

07

XUÂN DIỆU

Xuân Diệu tên thật là Ngô Xuân Diệu, sinh ngày 2/2/1916 tại Tuy Phước, tỉnh Bình Định. Quê quán làng Trảo Nha, huyện Can Lộc, tỉnh Hà Tĩnh. Ông mất ngày 18/12/1985. Hội viên Hội Nhà văn Việt Nam. Giải thưởng Hồ Chí Minh về Văn học nghệ thuật.

‖*Nguyệt cầm*

Trăng nhập vào đây cung nguyệt lạnh,
Trăng thương, trăng nhớ, hỡi trăng ngần.
Đàn buồn, đàn lặng, ôi đàn chậm!
Mỗi giọt rơi tàn như lệ ngân.

Mây vắng, trời trong, đêm thuỷ tinh;
Lung linh bóng sáng bỗng rung mình
Vì nghe nương tử trong câu hát
Đã chết đêm rằm theo nước xanh.

Thu lạnh càng thêm nguyệt tỏ ngời,
Đàn ghê như nước, lạnh, trời ơi...
Long lanh tiếng sỏi vang vang hận:
Trăng nhớ Tầm Dương, nhạc nhớ người...

Bốn bề ánh nhạc: biển pha lê.
Chiếc đảo hồn tôi rợn bốn bề
Sương bạc làm thinh, khuya nín thở
Nghe sầu âm nhạc đến sao Khuê.

08

PHẠM TIẾN DUẬT

Phạm Tiến Duật sinh ngày
14/1/1941, mất 4/12/2007.
Quê gốc: thị xã Phú Thọ,
tỉnh Phú Thọ. Hội viên
Hội Nhà văn Việt Nam.
Giải thưởng Nhà nước về
Văn học nghệ thuật. Giải
thưởng Hồ Chí Minh về
Văn học nghệ thuật.

Trường Sơn Đông Trường Sơn Tây

Cùng mắc võng trên rừng Trường Sơn
Hai đứa ở hai đầu xa thẳm
Đường ra trận mùa này đẹp lắm
Trường Sơn Đông nhớ Trường Sơn Tây.

Một dãy núi mà hai màu mây
Nơi nắng nơi mưa, khí trời cũng khác
Như anh với em, như Nam với Bắc
Như Đông với Tây một dải rừng liền.

Trường Sơn Tây anh đi, thương em
Bên ấy mưa nhiều, con đường gánh gạo
Muỗi bay rừng già cho dài tay áo
Rau hết rồi, em có lấy măng không.

Em thương anh bên Tây mùa đông
Nước khe cạn bướm bay lên đá
Biết lòng Anh say miền đất lạ
Chắc em lo đường chắn bom thù

Anh lên xe, trời đổ cơn mưa
Cái gạt nước xua đi nỗi nhớ
Em xuống núi nắng về rực rỡ
Cái nhành cây gạt nỗi riêng tư.

Đông sang Tây không phải đường như
Đường chuyển đạn và đường chuyển gạo
Đông Trường Sơn, cô gái "ba sẵn sàng" xanh áo
Tây Trường Sơn bộ đội áo màu xanh.

Từ nơi em gửi đến nơi anh
Những đoàn quân, trùng trùng ra trận
Như tình yêu nối lời vô tận
Đông Trường Sơn, nối Tây Trường Sơn.

QUANG DŨNG

Quang Dũng tên thật Bùi
Đình Diệm, sinh năm 1921
tại làng Phượng Trì, huyện
Đan Phượng (nay thuộc
Hà Nội), mất 1988. Hội viên
Hội Nhà văn Việt Nam.
Giải thưởng Nhà nước về
Văn học nghệ thuật.

‖*Tây Tiến*

Sông Mã xa rồi Tây Tiến ơi!
Nhớ về rừng núi, nhớ chơi vơi
Sài Khao sương lấp đoàn quân mỏi
Mường Lát hoa về trong đêm hơi

Dốc lên khúc khuỷu dốc thăm thẳm
Heo hút cồn mây, súng ngửi trời
Ngàn thước lên cao, ngàn thước xuống
Nhà ai Pha Luông mưa xa khơi

Anh bạn dãi dầu không bước nữa
Gục lên súng mũ bỏ quên đời!
Chiều chiều oai linh thác gầm thét
Đêm đêm Mường Hịch cọp trêu người

Nhớ ôi Tây Tiến cơm lên khói
Mai Châu mùa em thơm nếp xôi

Doanh trại bừng lên hội đuốc hoa
Kìa em xiêm áo tự bao giờ
Khèn lên man điệu nàng e ấp
Nhạc về Viên Chăn xây hồn thơ

Người đi Châu Mộc chiều sương ấy
Có thấy hồn lau nẻo bến bờ
Có nhớ dáng người trên độc mộc
Trôi dòng nước lũ hoa đong đưa

Tây Tiến đoàn binh không mọc tóc
Quân xanh màu lá dữ oai hùm
Mắt trừng gửi mộng qua biên giới
Đêm mơ Hà Nội dáng kiều thơm

Rải rác biên cương mồ viễn xứ
Chiến trường đi chẳng tiếc đời xanh
Áo bào thay chiếu, anh về đất
Sông Mã gầm lên khúc độc hành

Tây Tiến người đi không hẹn ước
Đường lên thăm thẳm một chia phôi
Ai lên Tây Tiến mùa xuân ấy
Hồn về Sầm Nứa chẳng về xuôi.

Phù Lưu Chanh, 1948

10

BÀN TÀI ĐOÀN

Bàn Tài Đoàn (1913-2007) tên thật là Bàn Tài Tuyên. Quê quán: Xã Trung Yên, huyện Sơn Dương, tỉnh Tuyên Quang. Hội viên Hội Nhà văn Việt Nam. Giải thưởng Nhà nước về Văn học nghệ thuật.

Muối của cụ Hồ

Người Mèo ngày xưa bao đời lại
Ở đất Đồng Văn đói khổ nghèo
Ngẩng đầu thấy núi cao chót vót
Cúi đầu thấy đá chồng chất nhau
Bắc gùi xuống đất trên khe đá
Nó mọc lên không chịu ra hoa
Con khóc đòi ăn cơm chấm muối
Mẹ tìm đâu hạt muối cho con?
Mẹ dỗ: Con ơi đừng khóc nữa
Bố gánh củi đi chợ đổi muối rồi
Con nín nghe theo lời mẹ bảo
Bố về được muối đầu đũa ngon
Cánh cửa nát xưa kẹt hé mở
Vui sướng biết bao thấy bố về
Nhưng sao yên lặng bố không nói
Con hỏi muối đâu bố lắc đầu
Không đủ tiền, người giàu không bán
Niềm mong thất vọng đến với con
Nước mắt con chảy quanh má nhỏ
Bố chỉ nhìn con biết làm sao?

Đến ngày không có tàu bay giặc
Quân Pháp phải bỏ đất Hà Giang
Một buổi sáng đất trời ấm áp
Nắng non dọi chiếu qua đầu làng
Có một người lạ đến vùng cao
Trên người mặc bộ quần áo nâu
Nói tiếng gì, mẹ nghe không hiểu
Anh tìm hỏi đến những nhà nghèo
Mẹ hỏi: Anh người ở đâu đến?
Vào đây sưởi lửa uống chè xanh
Người lạ tươi cười đáp lời mẹ
Tôi là người cán bộ cụ Hồ.

Từ khi cán bộ cụ Hồ đến
Ngoài chợ có bán nhiều thứ hàng
Có hàng bán muối tha hồ chọn
Có hàng bán vải đỏ, vải xanh
Cụ Hồ mang áo về, dân mặc
Cụ Hồ đem muối về, dân ăn
Nay Bác bảo ta đi đào đất
Mở thêm đường cái lên Đồng Văn
Có xe mang thêm nhiều muối đến
Người Mèo ta không sợ đói nghèo.

NGUYỄN KHOA ĐIỀM

Nguyễn Khoa Điềm sinh ngày 15/4/1943. Quê quán: làng An Cựu, xã Thuỷ An, thành phố Huế. Hội viên Hội Nhà văn Việt Nam. Giải thưởng Nhà nước về Văn học nghệ thuật.

Những bài hát, con đường và con người

Những bài hát không ai hát nữa
Đã vỡ trên môi anh ngọn gió dịu dàng
Sẫm bên đường mỗi sợi cỏ hoàng hôn
Nghe thương mến lại thắp từng ngọn lửa
Những bài hát không ai hát nữa
Đã vỡ trên môi anh ngọn gió dịu dàng.

Những con đường không ai trở lại
Đã xuyên qua anh những mạch máu âm thầm
Anh nghe đập những bước chân đồng đội
Bao lối mòn chớp lửa chiến tranh
Những con đường không ai trở lại
Đã xuyên qua anh những mạch máu âm thầm.

Những con người không ai gặp nữa
Đã đặt trên vai anh gánh nặng cuối cùng
Bao khuôn mặt gầy xanh, mơ mộng
Như cánh rừng, đã thuộc về anh
Những con người không ai gặp nữa
Đang sống cùng anh trọn tuổi xuân...

7/1984

TẾ HANH

Tế Hanh sinh ngày 20/6/1921. Quê quán: xã Bình Dương, huyện Bình Sơn, tỉnh Quảng Ngãi. Mất ngày 16/7/2009 tại Hà Nội. Hội viên Hội Nhà văn Việt Nam. Giải thưởng Hồ Chí Minh về Văn học nghệ thuật.

Bão

Cơn bão nghiêng đêm
Cây gãy cành bay lá
Ta nắm tay em
Cùng nhau qua đường cho khỏi ngã

Cơn bão tạnh lâu rồi
Hàng cây xanh thắm lại
Nhưng em đã xa xôi

Và cơn bão lòng ta thổi mãi.

1957

TRẦN NINH HỒ

Trần Ninh Hồ tên thật là Trần Hữu Hỷ, sinh năm 1943 tại Bắc Giang. Hội viên Hội Nhà văn Việt Nam. Giải thưởng Nhà nước về Văn học nghệ thuật

Viếng chồng

Chị ơi!...
Chỉ gọi được thế thôi
Anh chiến sĩ đưa đường bỗng thấy nghẹn lời
Không làm sao anh còn nói nổi:

- Chị đặt hoa nhầm rồi
Mộ anh ấy ở bên tay trái
Chỉ có một vòng hoa chị mang từ quê lại
Hoa viếng mộ bên này đã có chúng tôi!

- Chị hiểu ý em rồi
Xin cho chị đặt hoa bên mộ đó
Cả cánh rừng chỉ có hai ngôi mộ
Viếng mộ anh, có chị đến đây rồi!

14

THI HOÀNG

Thi Hoàng tên thật là Hoàng Văn Bộ, sinh ngày 25/5/1943 tại xã Vĩnh Tiến, huyện Vĩnh Bảo, thành phố Hải Phòng. Hội viên Hội Nhà văn Việt Nam. Giải thưởng Nhà nước về Văn học nghệ thuật

Ở giữa cây và nền trời

Dường như là chưa có buổi chiều nào
Xanh như buổi chiều nay, xanh ngút mắt
Cây cứ đứng với nền trời khao khát
Nâng chiếc mầm trên tận đỉnh cây cao.

Sau chiều nay ta phải tốt lên nhiều
Thiên nhiên ở với mình cao cả quá
Tiếng lá động ân cần như tiếng mẹ
Và vòm trời mong ngóng lại như cha

Đừng phút giây quên đối mặt quân thù
Đừng hờ hững với đời như bọt bể
Sắc diệp lục um tùm đang nói thế
Sắc trời xanh day dứt chẳng vô tình

Trời thì xanh như rút ruột mà xanh
Cây thì biếc như vặn mình mà biếc
Mặt trời toả như trái tim nồng nhiệt
Trong cái chiều nhân nghĩa đến sâu xa.

Một tên người ai gọi cứ ngân nga…

CHÍNH HỮU

Chính Hữu tên thật là Trần Đình Đắc. Sinh ngày 15 tháng 12 năm 1926 tại Vinh (Nghệ An). Mất ngày 27 tháng 11 năm 2007. Nguyên quán của ông là huyện Can Lộc, tỉnh Hà Tĩnh. Hội viên Hội Nhà văn Việt Nam. Giải thưởng Hồ Chí Minh về Văn học nghệ thuật.

Đồng chí

Quê hương anh nước mặn, đồng chua
Làng tôi nghèo đất cày lên sỏi đá
Anh với tôi đôi người xa lạ
Tự phương trời chẳng hẹn quen nhau.
Súng bên súng, đầu sát bên đầu
Đêm rét chung chăn thành đôi tri kỷ
Đồng chí!

Ruộng nương anh gửi bạn thân cày
Gian nhà không mặc kệ gió lung lay
Giếng nước gốc đa nhớ người ra lính.
Anh với tôi biết từng cơn ớn lạnh,
Sốt run người, vừng trán ướt mồ hôi.

Áo anh rách vai
Quần tôi có vài mảnh vá
Miệng cười buốt giá
Chân không giày
Thương nhau tay nắm lấy bàn tay!

Đêm nay rừng hoang sương muối
Đứng cạnh bên nhau chờ giặc tới
Đầu súng trăng treo.

2/1948

16

TỐ HỮU

Tố Hữu tên thật là Nguyễn Kim Thành, sinh năm 1920. Quê gốc ở làng Phù Lai, nay thuộc xã Quảng Thọ, huyện Quảng Điền, tỉnh Thừa Thiên-Huế. Mất năm 2002. Hội viên Hội Nhà văn Việt Nam. Giải thưởng Hồ Chí Minh về Văn học nghệ thuật

Từ ấy

Từ ấy trong tôi bừng nắng hạ
Mặt trời chân lý chói qua tim
Hồn tôi là một vườn hoa lá
Rất đậm hương và rộn tiếng chim...

Tôi buộc lòng tôi với mọi người
Để tình trang trải với trăm nơi
Để hồn tôi với bao hồn khổ
Gần gũi nhau thêm mạnh khối đời

Tôi đã là con của vạn nhà
Là em của vạn kiếp phôi pha
Là anh của vạn đầu em nhỏ
Không áo cơm, cù bất cù bơ...

7/1938

17

TRẦN ĐĂNG KHOA

Trần Đăng Khoa sinh ngày 26/4/1958 tại thôn Điền Trì, xã Quốc Tuấn, huyện Nam Thanh, Hải Dương. Hội viên Hội Nhà văn Việt Nam. Giải thưởng Nhà nước về Văn học nghệ thuật.

Thơ Tình Người Lính Biển

Anh ra khơi
Mây treo ngang trời những cánh buồm trắng
Phút chia tay, anh dạo trên bến cảng
Biển một bên và em một bên

Biển ồn ào, em lại dịu êm
Em vừa nói câu chi rồi mỉm cười lặng lẽ
Anh như con tàu lắng sóng từ hai phía
Biển một bên và em một bên

Ngày mai, ngày mai khi thành phố lên đèn
Tàu anh buông neo dưới chùm sao xa lắc
Thăm thẳm nước trời, nhưng anh không cô độc
Biển một bên và em một bên

Đất nước gian lao chưa bao giờ bình yên
Bão thổi chưa ngừng trong những vành tang trắng
Anh đứng gác. Trời khuya. Đảo vắng
Biển một bên và em một bên

Vòm trời kia có thể sẽ không em
Không biển nữa. Chỉ mình anh với cỏ
Cho dù thế thì anh vẫn nhớ
Biển một bên và em một bên...

1981

năm ngôi mộ không ngày sinh, ngày mất, không họ tên, không địa chỉ thôn làng. Nhìn những cuộn dây điện, những chiếc máy bộ đàm im lặng. Chúng tôi đoán họ là lính thông tin bị giặc chặn đường.

Chiến tranh lùi xa, con đường mòn Trường Sơn bao giờ tôi trở lại? Đâu cái giếng nước hòa máu người tôi uống trong cơn khát, gốc cây rào rào bầy mối đục mòn đêm. Đâu năm ngôi mộ vô danh đắp bằng nỗi đau, nước mắt. Nơi cánh rừng nhiều đom đóm bay.

19

LÊ THỊ MÂY

Lê Thị Mây tên thật là
Phạm Thị Tuyết Bông. Sinh
năm 1948 tại An Mô, Triệu
Long, Triệu Phong, Quảng
Trị. Hội viên Hội Nhà văn
Việt Nam. Giải thưởng
Nhà nước về Văn học nghệ
thuật.

Những mùa trăng mong chờ

Thư anh tin ngày về
Cho vầng trăng hẹn mọc
Trong ngần cao hoa thơm
Mây chớm màu tha thiết

Trăng non nghiêng qua rồi
Bom rung vầng trăng khuyết
Xô thuyền trong xa xôi
Giữa gập nghềnh núi biếc

Anh khoác ba lô về
Đất trời dồn chật lại
Em tái nhợt niềm vui
Như trăng mọc ban ngày

Gặp nhau tròn mùa trăng
Em trẻ như bầu trời
Vòng tay anh đằm thắm
Giầu lời ru trên môi

Mai lại tiễn xa nhau
Vầng trăng cong chẽn lúa
Đêm đêm chín ngàn sao
Rỏ vào tim giọt lửa

Mong chờ em mong chờ
Vầng trăng xinh... gương mặt
Sáng sáng đầy theo anh
Suốt chặng đường đánh giặc.

1973

TRẦN NHUẬN MINH

Trần Nhuận Minh sinh ngày 20/8/1944, quê ở làng Điền Trì, xã Quốc Tuấn, huyện Nam Sách, tỉnh Hải Dương. Hội viên Hội Nhà văn Việt Nam. Giải thưởng Nhà nước về Văn học nghệ thuật.

Cho ta hỏi...

Cho ta hỏi Cây, cớ chi mà nảy lộc
Dù mưa xuân, nắng ấm chẳng bay về
Nỗi buồn cũ gào lên trong im lặng
Mảnh trăng chiều rơi cuối bến sông Mê...

Cho ta hỏi Con Tàu, cớ chi mà dừng lại
Nơi đến là đâu? Giữa bát ngát Ga Đời
Có thể chuyến sau, ta đã không có mặt
Và mọi người quên ta... thì thường vẫn thế thôi...

Cho ta hỏi Em, cớ chi mà giận dỗi
Rồi đến lượt ta... ta cũng phải ra đi...
Chỉ có trái tim yêu, là còn bâng khuâng đập
Thảng thốt, xót đau...
                Dưới nấm cỏ xanh rì...

Hà Nội, bệnh viện K. 16/01/2012

GIANG NAM

Giang Nam. Tên khai sinh: Nguyễn Dung. Sinh năm 1929. Quê quán: Khánh Hòa. Hội viên Hội Nhà văn Việt Nam. Giải thưởng Nhà nước về Văn học nghệ thuật

‖ Quê hương

Thuở còn thơ ngày hai buổi đến trường
Yêu quê hương qua từng trang sách nhỏ:
"Ai bảo chăn trâu là khổ?"
Tôi mơ màng nghe chim hót trên cao
Những ngày trốn học
Đuổi bướm cầu ao
Mẹ bắt được...
Chưa đánh roi nào đã khóc!
Có cô bé nhà bên
Nhìn tôi cười khúc khích...
Cách mạng bùng lên
Rồi kháng chiến trường kỳ
Quê tôi đầy bóng giặc
Từ biệt mẹ tôi đi
Cô bé nhà bên - (có ai ngờ!)
Cũng vào du kích
Hôm gặp tôi vẫn cười khúc khích
Mắt đen tròn (thương thương quá đi thôi!)
Giữa cuộc hành quân không nói được một lời
Đơn vị đi qua, tôi ngoái đầu nhìn lại...
Mưa đầy trời nhưng lòng tôi ấm mãi...

Hoà bình tôi trở về đây
Với mái trường xưa, bãi mía, luống cày
Lại gặp em
Thẹn thùng nép sau cánh cửa...
Vẫn khúc khích cười khi tôi hỏi nhỏ
Chuyện chồng con (khó nói lắm anh ơi!)
Tôi nắm bàn tay nhỏ nhắn ngậm ngùi
Em vẫn để yên trong tay tôi nóng bỏng...

Hôm nay nhận được tin em
Không tin được dù đó là sự thật
Giặc bắn em rồi quăng mất xác
Chỉ vì em là du kích, em ơi!
Đau xé lòng anh, chết nửa con người!

Xưa yêu quê hương vì có chim có bướm
Có những ngày trốn học bị đòn roi...
Nay yêu quê hương vì trong từng nắm đất
Có một phần xương thịt của em tôi

                                        1960

22

PHAN THỊ THANH NHÀN

Phan Thị Thanh Nhàn sinh năm 1943. Quê quán: Hà Nội. Hội viên Hội Nhà văn Việt Nam. Giải thưởng Nhà nước về Văn học nghệ thuật.

‖ *Hương thầm*

Cửa sổ hai nhà cuối phố
Không hiểu vì sao không khép bao giờ
Đôi bạn ngày xưa học chung một lớp
Cây bưởi sau nhà ngan ngát hương đưa

Giấu một chùm hoa trong chiếc khăn tay
Cô gái ngập ngừng sang nhà hàng xóm
Bên ấy có người ngày mai ra trận

Họ ngồi im không biết nói năng chi
Mắt chợt tìm nhau rồi lại quay đi
Nào ai đã một lần dám nói?...
Hương Bưởi thơm cho lòng bối rối
Anh không dám xin - cô gái chẳng dám trao
Chỉ mùi hương đầm ấm thanh tao
Không giấu được, cứ bay dịu nhẹ

Cô gái như chùm hoa lặng lẽ
Nhờ hương thơm nói hộ tình yêu
"Anh vô tình, anh chẳng biết điều
tôi đã đến với anh rồi đấy"...

Họ chia tay, vẫn không nói điều gì
Mà hương thầm thơm mãi bước người đi...

MAI VĂN PHẤN

Mai Văn Phấn sinh 1955, tại Kim Sơn - Ninh Bình, hiện sống và sáng tác tại thành phố Hải Phòng. Đoạt một số giải thưởng Văn học Việt Nam và quốc tế, trong đó có Giải thưởng Hội Nhà văn Việt Nam 2010, Giải Văn học Cikada của Thụy Điển 2017.

Thuốc đắng

(Cho Ngọc Trâm)

Cơn sốt thiêu con trên giàn lửa
Cha cũng có thể thành tro nữa
Thuốc đắng không chờ được rồi
Giữ tay con
      Cha đổ
Ngậm ngùi thả lòng chén vơi...

Con ơi! Tí tách sương rơi
Nhọc nhằn vắt qua đêm lạnh
Và những cánh hoa mỏng mảnh
Đưa hương phải nhờ rễ cay.

Mồ hôi keo thành chai tay
Mùa xuân tràn vào chén đắng
Tuổi cha nước mắt lặng lặng
Sự thật khóc òa vu vơ.

Con đang ăn gì trong mơ
Cha để chén lên cửa sổ
Khi lớn bằng cha bây giờ
Đáy chén chắc còn bão tố.

24

VIỄN PHƯƠNG

Viễn Phương (1928-2005).
Tên thật là Phan Thanh
Viễn. Quê quán: Tân Châu,
Châu Đốc, An Giang. Hội
viên Hội Nhà văn Việt
Nam. Giải thưởng Nhà
nước về Văn học nghệ
thuật.

Thơ anh và đời em

Đêm mịt mù... em bán tình yêu
Sương... Cỏ ướt hay lệ em tràn ướt cỏ
Tiếng ân ái lả lơi chìm trong gió
Nhưng tình yêu... em có biết bao giờ!

Anh suốt đời mê mải việc làm thơ
Thơ anh viết, chữ ngọt ngào trong sáng
Anh những tưởng nhởn nhơ con bướm trắng
Giương cánh xinh là hương sắc đến cho đời

Nhưng bão gầm, vũ trụ cũng đầy vơi!
Cánh bướm mỏng bài thơ sao mỏng quá?!
Như chiếc lá qua bến bờ xa lạ
Muốn chở che nhưng gió dập sóng dồi

Anh thương em bán hương sắc cho đời
Đời trả lại đắng cay và tủi nhục.
Thơ anh viết những dòng xanh bất lực
Gởi cho em và để khóc cho mình.

VŨ QUẦN PHƯƠNG

Vũ Quần Phương tên thật là Vũ Ngọc Chúc. Sinh 8/9/1940 tại Từ Liêm, Hà Nội. Quê quán: Hải Hậu, Nam Định. Hội viên Hội Nhà văn Việt Nam. Giải thưởng Nhà nước về Văn học nghệ thuật.

Người về

Tặng Thiền sư TNH

Gần rất gần mà xa rất xa
Phật là trời xanh nghiêng xuống mái nhà
Đồng đất quê hương mẹ cha dẫm bước
Trên con đường này Phật đã đi qua

Chuông thỉnh về đâu, mõ thỉnh về đâu
Tiếng sóng trong đêm lạnh dưới chân cầu
Chớp mắt kiếp người lẫn vào dâu bể
Vằng vặc tình người muôn xưa, muôn sau

Suối chảy về sông, sông ra biển cả
Đi hết lòng người thì gặp lòng ta
Thế giới ba nghìn mịt mờ sương khói
Sáng quắc vầng trăng đợi trước hiên nhà

California 18/1/2005

Y PHƯƠNG

Y Phương tên thật là Hứa Vĩnh Sước. Sinh ngày 24 tháng 12 năm 1948. Quê quán: làng Hiếu Lễ, xã Lăng Hiếu, huyện Trùng Khánh, tỉnh Cao Bằng. Hội viên Hội Nhà văn Việt Nam. Giải thưởng Nhà nước về Văn học nghệ thuật.

‖*Phòng Tuyến Khau Liêu*

Ngô rang
Nước suối
Khẩu súng
Đeo quanh người
Người đeo quanh núi

Vợ bên chồng
Cha bên con
Người yêu bên người yêu
Lẩn vào đèo
Trong hoa
Dưới cỏ
Phòng tuyến thứ nhất
Nhọn hoắt lá
Sáng những mắt cườm
Bàn tay nhuộm chàm
Bàn tay hoa ra mặt vải
Bàn tay như củ gừng đẽo đá

Mẹ già em nhỏ
Đèo đầy nhớ thương
Cong cả đường cái quan

Phòng tuyến thứ hai
Mỗi mỏm đá một người cầm súng.

1979

27

THANH QUẾ

Thanh Quế tên thật là Phan Thanh Quế. Sinh năm 1945. Quê quán: Phú Yên. Hội viên Hội Nhà văn Việt Nam. Giải thưởng Nhà nước về Văn học nghệ thuật.

Mình má ngôi nhà hoang

Ba ra đi mãi mãi
Mình má ngôi nhà hoang
Quay vào gặp bàn thờ
Quay ra gặp nhang khói

Đêm gió lùa lay cửa
Tưởng như ai gọi mình
Nghe tiếng dép nhà bên
Tỉnh giấc nhìn ngơ ngác

Ngày nấu cơm cúng chồng
Cúng rồi ăn cơm cúng
Một mình ngồi một mâm
Và cơm mà nghẹn nghẹn

Con về chỉ vài bữa
Rồi biền biệt cách xa
Má một mình thăm thẳm
Đêm ngày hình bóng ba

Ngôi nhà hoang đơn độc
Dáng má bước xiêu xiêu
Hoàng hôn trắng tóc bạc
Ruột con đau chín chiều...

15/2/1994

BẾ KIẾN QUỐC

Bế Kiến Quốc (1949-2002).
Quê quán: Hà Nội. Hội
viên Hội Nhà văn Việt
Nam. Giải thưởng Nhà
nước về Văn học nghệ
thuật

Tự nhủ

Bàn chân ơi ta đưa người đi
Mọi nẻo đường - dù có khi ngươi vấp
Có khi dẫm vào gai, và biết đâu, có khi...
Ta phải đi, vì ta yêu mục đích.

Vành tai ơi, ta đưa ngươi đi
Đến miệng đời - dù nghe lời đắng chát
Lời thô bỉ, và biết đâu, có khi...
Ta phải nghe, vì ta yêu tiếng hát.

Cặp mắt ơi, ta đưa ngươi đi
Đến mọi nơi, thấy mọi điều đích thực
Dù thấy điều xót xa, và biết đâu, có khi...
Ta phải nhìn, vì ta yêu cái đẹp.

Trái tim ơi, ta đưa ngươi đi
Khỏi lồng ngực của ta
Hiến dâng người trái đất
Dù có buồn, dù có xót xa,
Dù có lúc nỗi đau ngừng nhịp đập...

Ta phải yêu, vì ta tin hạnh phúc.

1987

29

TRẦN QUANG QUÝ

Trần Quang Quý sinh ngày 2/1/1955 tại xã Xuân Lộc, huyện Tam Thanh, tỉnh Phú Thọ. Hội viên Hội Nhà văn Việt Nam. Giải thưởng Nhà nước về Văn học nghệ thuật.

‖Đêm ở làng

Tôi lại về dưới mái nhà rêu mốc thả trong mơ
Qua những khu vườn hồi hộp quả
Tiếng chân trâu còn khấp khểnh giấc ngủ lão nông
Cánh đồng hổn hển bầu ngực trễ nải thiếu phụ
Làng cất nhọc nhằn vào bóng tối
Đêm cất làng về thuở nghìn năm.

Những quạt nan vò võ sang canh
Gió cứ ở bờ sông thui thủi sóng
Thao thức trong tôi giọng gà muộn, một ánh lửa khuya
nhạt cuối đường
Ước vọng còn xanh quả chuối non
Mẹ lại đốt đèn lần sang bồ thóc
Nghe thấp thỏm cánh đồng chưa hạt!

Bóng tối tự do đi rỗng dưới trời
Tức tưởi những bờ tre rụng tóc
Thương đất, một trái cây chín vội
Rụng bàng hoàng vườn khuya!
Tôi ngủ lẫn tiếng ve lép dần mùa hạ
Mồ hôi làng trằn trọc chảy sang tôi.

Nhưng mẹ vẫn ngồi kia nhóm lửa
Rậm rịch tinh mơ muôn thuở bước chân người…

Nguồn: *Giấc mơ hình chiếc thớt*, NXB Hội Nhà văn, 2003

XUÂN QUỲNH

Xuân Quỳnh tên thật là Nguyễn Thị Xuân Quỳnh. Sinh năm 1942. Quê quán: làng La Khê, xã Văn Khê, quận Hà Đông, Hà Nội. Mất năm 1988. Hội viên Hội Nhà văn Việt Nam. Giải thưởng Nhà nước về Văn học nghệ thuật. Giải thưởng Hồ Chí Minh về Văn học nghệ thuật.

Gió Lào cát trắng

Ngọn gió Lào cát trắng của đời tôi
Tôi của cát của gió Lào khắc nghiệt

Trong gió nóng những trưa hè ngột ngạt
Mẹ ru tôi hạt cát sạn hàm răng
Vừa lớn khôn tôi đã biết đào hầm
Dưới bom đạn gió Lào vẫn thổi
Và trên cát lại thêm cồn cát mới
Cỏ mặt trời lăn như bánh xe
Cuộc đời tôi có cát chở che
Khi đánh giặc cát lại làm công sự
Máu đồng đội và máu tôi đã đổ
Trên cát này mà gió quạt vừa se
Cây tôi trồng chưa đủ bóng che
Bom giặc cắt lá cành tơi tả
Củ khoai ở đây nhỏ hơn củ khoai cánh đồng màu mỡ

Trái măng cầu rám vỏ - gió đi qua
Đọng nắng thôi, cát chẳng đọng mưa
Bàn chân lún bàn chân thêm bỏng rát

Giữa gió cát, giữa những ngày ác liệt
Tôi nghĩ về tha thiết một màu xanh
Một rừng cây trĩu quả trên cành
Tôi vun gốc và tay tôi sẽ hái
Nhà của tôi, tôi sẽ về dựng lại
Ánh ngói hồng những gương mặt mai sau

Em mới về em chưa thấy gì đâu
Chỉ có cát và gió Lào quạt lửa
Ngọn gió bỏng khi đi thành nỗi nhớ
Cát khô cằn ở mãi hóa yêu thương
Dẫu đôi khi tôi chẳng bằng lòng
Với cái cát làm bàn chân rát bỏng
Với cái gió làm chín lừ da mặt
Mảnh đất cằn khoai sắn ít sinh sôi
Tôi sẵn lòng đem hiến cả đời tôi
Cho cát trắng và gió Lào quạt lửa.

31

TRẦN VÀNG SAO

Trần Vàng Sao tên thật là Nguyễn Đính (1941-2018). Quê quán: Thừa Thiên Huế.

‖*Bài thơ của một người yêu nước mình*

buổi sáng tôi mặc áo đi giày ra đứng ngoài đường
gió thổi những bông nứa trắng bên sông
mùi tóc khô còn thơm lúa mùa qua
bầy chim sẻ đậu trước sân nhà
những đứa trẻ đứng nhìn ngấp nghé
tôi yêu đất nước này như thế
mỗi buổi mai
bầy chim sẻ ngoài sân
gió mát và trong
đường đi đầy cỏ may và muộng chuộng
tôi vẫn sống
      vẫn ăn
         vẫn thở
            như mọi người
đôi khi chợt nhớ một tiếng cười lạ
một câu ca dao buồn có hoa bưởi hoa ngâu
một vết bùn khô trên mặt đá
không có ai chia tay
cũng nhớ một tiếng còi tàu

mẹ tôi thức khuya dậy sớm
năm nay ngoài năm mươi tuổi
chồng chết đã mười mấy năm
thuở tôi mới đọc được i tờ
mẹ thương tôi mẹ vẫn tảo tần
nước sông gạo chợ
ngày hai buổi
nhà không khi nào vắng người đòi nợ
sống qua ngày nên phải nghiến răng
cũng không vui nên mẹ ít khi cười
những buổi trưa buổi tối
ngồi một mình hay khóc
vẫn thở dài mà không nói ra
thương con không cha
hẩm hiu côi cút
tôi yêu đất nước này xót xa
mẹ tôi nuôi tôi
mười mấy năm không lấy chồng
thương tôi nên ở goá nuôi tôi
những đứa nhà giàu hằng ngày chửi bới
chúng cho mẹ con tôi áo quần tiền bạc,
như cho một đứa hủi
ngày kỵ cha họ hàng thân thích không ai tới
thắp ba cây hương
với mấy bông hải đường

mẹ tôi khóc thút thít
cầu cha tôi phù hộ tôi nên người
con nó còn nhỏ dại
trí chưa khôn chân chưa vững bước đi
tôi một mình nuôi nó có kể chi mưa nắng
tôi yêu đất nước này cay đắng
những năm dài thắp đuốc đi đêm
quen thân rồi không ai còn nhớ tên
dĩ vãng đè trên lưng thấm nặng
áo mồ hôi những buổi chợ về
đời cúi thấp giành từng lon gạo mốc
từng cọng rau hột muối
vui sao khi con bữa đói bữa no
mẹ thương con nên cách trở sông đò
hàng gánh nặng phải qua cầu xuống dốc
đêm nào mẹ cũng khóc
đêm nào mẹ cũng khấn thầm
mong con khôn lớn cất mặt với đời
tôi yêu đất nước này khôn nguôi
tôi yêu mẹ tôi áo rách
chẳng khi nào nhớ tuổi mình bao nhiêu

tôi bước đi
mưa mỗi lúc mỗi to,
sao hôm nay lòng thấy chật

như buổi sáng mùa đông chưa thấy mặt trời mọc
con sông dài nằm nhớ những chặng rừng đi qua
nỗi mệt mỏi, rưng rưng từng con nước
chim đậu trên cành chim không hót
khoảng vắng mùa thu ngủ trên cỏ may
tôi yêu đất nước này những buổi mai
không ai cười không tiếng hát trẻ con
đất đá cỏ cây ơi
lòng vẫn thương mẹ nhớ cha
ăn quán nằm cầu
hai hàng nước mắt chảy ra
mỗi đêm cầu trời khấn phật, tai qua nạn khỏi
tôi yêu đất nước này áo rách
căn nhà dột phên không ngăn nổi gió
vẫn yêu nhau trong từng hơi thở
lòng vẫn thương cây nhớ cội hoài
thắp đèn đêm ngồi đợi mặt trời mai
tôi yêu đất nước này như thế
như yêu cây cỏ ở trong vườn
như yêu mẹ tôi chịu khó chịu thương
nuôi tôi thành người hôm nay
yêu một giọng hát hay
có bài mái đẩy thơm hoa dại
có sáu câu vọng cổ chứa chan
có ba ông táo thờ trong bếp
và tuổi thơ buồn như giọt nước trong lá sen

tôi yêu đất nước này và tôi yêu em
thuở tóc kẹp tuổi ngoan học trò
áo trắng và chùm hoa phượng đỏ
trong bước chân chim sẻ
ngồi học bài và gọi nhỏ tên tôi
hay nói chuyện huyên thuyên
chuyện trên trời dưới đất rất lạ
chuyện bông hoa mọc một mình trên đá
cứ hay cười mà không biết có người buồn.
sáng hôm nay gió lạnh vẫn còn
khi xa nhà vẫn muốn ngoái lại
ngó cây cam cây vải
thương mẹ già như chuối ba hương
em chưa buồn
vì chưa rách áo
tôi yêu đất nước này rau cháo
bốn ngàn năm cuốc bẫm cày sâu
áo đứt nút qua cầu gió bay

tuổi thơ em hãy giữ cho ngoan

tôi yêu đất nước này lầm than
mẹ đốt củi trên rừng cha làm cá ngoài biển
ăn rau rìu rau éo rau trai
nuôi lớn người từ ngày mở đất

bốn ngàn năm nằm gai nếm mật
một tấc lòng cũng trứng Âu Cơ
một tiếng nói cũng đầy hồn Thánh Gióng

tôi đi hết một ngày
gặp toàn người lạ
chưa ai biết chưa ai quen
không biết tuổi không biết tên
cùng sống chung trên đất
cùng nỗi đau chia cắt Bắc Nam
cùng có chung tên gọi Việt Nam
mang vết thương chảy máu ngoài tim
cùng nhức nhối với người chết oan ức
đấm ngực giận hờn tức tối
cùng anh em cất cao tiếng nói
bản tuyên ngôn mười bốn triệu người đòi độc lập tự do
bữa ăn nào cũng phải được no
mùa lạnh phải có áo ấm
được nói cười hát ca yêu đương không ai cấm
được thờ cúng những người mình tôn kính
hai mươi năm cuộc đời chưa khi nào định

tôi trở về căn nhà nhỏ
đèn thắp ngọn lù mù
gió thổi trong lá cây xào xạc

vườn đêm thơm mát
bát canh rau dền có ớt chìa vôi
bên hàng xóm có tiếng trẻ con khóc
mẹ bồng con lên non ngồi cầu ái tử
đất nước hôm nay đã thấm hồn người
ve sắp kêu mùa hạ
nên không còn mấy thu
đất nước này còn chua xót
nên trông ngày thống nhất
cho bên kia không gọi bên này là người miền Nam
cho bên này không gọi bên kia là người miền Bắc
lòng vui hôm nay không thấy chật
tôi yêu đất nước này chân thật
như yêu căn nhà nhỏ có mẹ của tôi
như yêu em nụ hôn ngọt trên môi
và yêu tôi đã biết làm người
cứ trông đất nước mình thống nhất.

19/12/1967

LÒ NGÂN SỦN

Lò Ngân Sủn (1945-2013). Quê quán: Bản Vền, Bản Qua, Bát Xát, Lào Cai. Hội viên Hội Nhà văn Việt Nam. Giải thưởng Nhà nước về Văn học nghệ thuật.

‖ *Người mù*

Người mù nhìn bằng tai, xem bằng chân,
ngắm bằng tay
Chủ nhiệm mù đang say sưa học ngoại ngữ
Giám đốc mù đang nghiên cứu kỹ thuật nuôi ong
Họa sĩ mù đang vẽ bức tranh sự sống
Ca sĩ mù đang hát vang bài ca yêu đời
Nhà thơ mù đang đọc vang bài thơ ánh sáng...

Tôi bàng hoàng trước những người mù
mà không mù
Tôi càng bàng hoàng trước những người không mù
mà lại mù.

33

NGUYỄN TRỌNG TẠO

Nguyễn Trọng Tạo sinh ngày 25/8/1947 tại Diễn Châu, Nghệ An. Mất ngày 7/1/2019. Hội viên Hội Nhà văn Việt Nam. Giải thưởng Nhà nước về Văn học nghệ thuật.

‖Đồng dao cho người lớn

có cánh rừng chết vẫn xanh trong tôi
có con người sống mà như qua đời

có câu trả lời biến thành câu hỏi
có kẻ ngoại tình ngỡ là tiệc cưới

có cha có mẹ có trẻ mồ côi
có ông trăng tròn nào phải mâm xôi

có cả đất trời mà không nhà ở
có vui nho nhỏ có buồn mênh mông

mà thuyền vẫn sông mà xanh vẫn cỏ
mà đời vẫn say mà hồn vẫn gió

có thương có nhớ có khóc có cười
có cái chớp mắt đã nghìn năm trôi.

1992

34

THANH THẢO

Thanh Thảo tên thật là Hồ Thành Công, sinh năm 1946, quê ở xã Đức Tân, huyện Mộ Đức, tỉnh Quảng Ngãi. Hội viên Hội Nhà văn Việt Nam. Giải thưởng Nhà nước về Văn học nghệ thuật.

‖ *Bài ca ống cóng*

Những tráng ca thuở trước
Còn hát trong sách thôi
Những thanh gươm yên ngựa
Giờ đã cũ mèm rồi

Bài ca của chúng tôi
Là bài ca ống cóng
Hành trang quân giải phóng
Đơn giản nhất trên đời

Cơm chín vừa dỡ ra
Đến món canh môn thục
Nước chè rừng hơi chát
Xúm vào uống, khen ngon

Từ một chiếc lon nhôm
Chúng tôi làm trăm việc
Cái khó mở cái khôn
Lính mình nhanh ra phết

Những anh chàng sốt rét
Tưởng đuổi ruồi không bay

Thế mà qua từng trạm
Cắt cơn là đi ngay

Ngang lưng đeo ống cóng
Nồi Thạch Sanh đời nay
Bao anh hùng vụt lớn
Ăn cơm ở nồi này

Tháng năm sẽ dần phai
Bao bài ca duyên dáng
Nhưng tôi biết từ đây
Như khắc vào đá tảng
Như vạch vào thân cây

Bài hát của hôm nay
Thô sơ và hực sáng
Mang lẽ đời đơn giản
Ngọt ngào và chua cay.

NGUYỄN ĐÌNH THI

Nguyễn Đình Thi sinh ngày 20 tháng 12 năm 1924 ở Luông Prabăng (Lào). Mất ngày 18 tháng 4 năm 2003. Nguyên quán của ông là ở làng Vũ Thạch, hiện nay là phố Bà Triệu, phường Tràng Tiền, quận Hoàn Kiếm, Hà Nội. Hội viên Hội Nhà văn Việt Nam. Giải thưởng Hồ Chí Minh về Văn học nghệ thuật.

‖*Nhớ*

Ngôi sao nhớ ai mà sao lấp lánh
Soi sáng đường chiến sĩ giữa đèo mây
Ngọn lửa nhớ ai mà hồng đêm lạnh
Sưởi ấm lòng chiến sĩ dưới ngàn cây

Anh yêu em như anh yêu đất nước
Vất vả đau thương tươi thắm vô ngần
Anh nhớ em mỗi bước đường anh bước
Mỗi tối anh nằm mỗi miếng anh ăn

Ngôi sao trong đêm không bao giờ tắt
Chúng ta yêu nhau chiến đấu suốt đời
Ngọn lửa trong rừng bập bùng đỏ rực
Chúng ta yêu nhau kiêu hãnh làm người

1945

36

NGUYỄN QUANG THIỀU

Nguyễn Quang Thiều sinh
năm 1957 tại Thôn Hoàng
Dương (Làng Chùa), xã
Sơn Công, huyện Ứng
Hòa, tỉnh Hà Tây. Hội viên
Hội Nhà văn Việt Nam.
Giải thưởng Nhà nước về
Văn học nghệ thuật.

‖*Những ví dụ*

Kính dâng những người vợ liệt sĩ làng tôi

Thời gian cứ lặng lẽ chảy vào chiếc bình gốm cổ khổng lồ. Những người đàn bà góa bụa làng tôi như những con cào cào áo nâu khuất dần sau cỏ. Từ chân trời xa chạy về những ngọn gió loang lổ màu đỏ. Những ngón tay của gió như điên cuồng, như kiệt sức bới rối tung từng đám lá cỏ gai. Tôi đứng trên con đường cuối làng khóc run lên như đứa trẻ mất mẹ. Tôi làm sao lật hết từng lá cỏ trên đất đai rộng lớn nhường kia, để tìm lại những người đàn bà góa bụa…

Những người đàn bà góa bụa làng tôi gồng gánh trên vai, trên những con đường mòn như cột sống dị tật của ngàn đời vất vả. Họ mộng du qua những cơn gió hồng hoang nổi lên lúc mặt trời lăn vòng cuối cùng vào bóng tối. Họ mộng du trong những cơn mưa tiền sử lúc bình minh vừa vực dậy sau một cơn sốt đêm và tôi như kẻ mắc bệnh tâm thần đứng đếm họ. Tôi đếm từng ví dụ.

Những người đàn bà góa bụa làng tôi - những ví dụ - chân không giày không đẹp. Họ trách con đường dẫn đến những đêm trăng. Bầu vú họ mệt mỏi nằm ngoẹo đầu và trở lên ngểnh ngãng, không còn nghe được tiếng gọi đàn ông nồng mùi thuốc lào và ruộng bùn ngai ngái, trong những đêm gió từng đôi quấn nhau qua vườn hổn hển. Chỉ tiếng chuột nhắt cắn thóc trong những chiếc áo quan gỗ gạo đóng sẵn làm họ thức giấc. và họ nằm lo âu trong tiếng mọt cắn gỗ vọng ra từ cổ áo quan.

Thời gian cứ lặng lẽ... lặng lẽ chảy ào vào chiếc bình gốm cổ khổng lồ. Những người đàn bà góa bụa làng tôi như những con cào cào áo nâu cứ khuất dần... khuất dần sau cỏ. Tôi như kẻ mắc bệnh tâm thần đứng khóc. Tôi khóc vì những ví dụ đã vĩnh viễn ra đi.

Và đến khi tôi không còn gì để đếm. Những người đàn bà góa bụa làng tôi từ sau cỏ trở về. Họ đi trên ánh trăng gồ ghề dọc con đường phơi đầy rơm rạ tháng Mười. Mái tóc đẫm hương lá bưởi của họ chảy lênh láng trong trăng. Bầu vú họ vươn về phía ngọn lửa giới tính vừa nhóm lên đâu đó. Sau bước chân họ, sau tiếng kẹt cửa trong khuya là bài hát. Bài hát vút lên xuyên qua đỉnh đầu những người mắc bệnh tâm thần mất ngủ nhìn trăng. Những người mắc bệnh tâm thần mất ngủ nhìn trăng mở cửa và bước ra khỏi nhà. Họ cùng bài hát kia đi mãi, đi mãi, và đi mãi, về nơi không có những Ví Dụ bao giờ.

Làng Chùa, 1992.

HỮU THỈNH

Hữu Thỉnh tên thật là Nguyễn Hữu Thỉnh. Sinh năm 1942. Nơi sinh Duy Phiên - Tam Dương (nay là huyện Tam Đảo), Vĩnh Phúc. Hiện ông là Chủ tịch Hội Nhà văn Việt Nam, Chủ tịch Liên hiệp các Hội Văn học nghệ thuật Việt Nam. Giải thưởng Hồ Chí Minh về Văn học nghệ thuật.

‖*Phan Thiết Có Anh Tôi*

Anh không giữ cho mình dù chỉ là ngọn cỏ
Đồi thì rộng, anh không vuông đất nhỏ
Đất và trời Phan Thiết có anh tôi
Chính nơi đây anh thấy biển lần đầu.

Qua cửa hầm
Sau những ngày vượt dốc
Biển thì rộng, căn hầm quá chật
Khẽ trở mình, cát đổ trắng hai vai.

Trong căn hầm mùi thuốc súng, mồ hôi
Tim anh đập không sao ghìm lại được
Gió nồng nàn hơi nước
Biển như một con tàu sắp sửa kéo còi đi.

Những ngôi sao tìm cách sáng về khuya
Những người lính mở đường đi lấy nước
Họ lách qua những cánh đồi tháng Chạp
Trong đoàn người dò dẫm có anh tôi.

Biển ùa ra xoắn lấy mọi người
Vì yêu biển mà họ thành sơ hở
Anh tôi mất sau loạt bom tọa độ
Mặt anh còn cách nước một vài gang!

Anh ở đây mà em mãi đi tìm
Em hy vọng để lấy đà vượt dốc
Tân Cảnh
Sa Thầy
Đắc Pét
Đắc Tô.

Em đã qua những cơn sốt anh qua
Em đã gặp trận mưa rừng anh gặp
Vẫn không ngờ có một trưa Phan Thiết
Em một mình đứng khóc ở sau xe.

Cánh rừng còn kia, trận mạc còn kia
Vài bước nữa là tới đường số Một
Vài bước nữa
Thế mà
Không thể khác.

Biển màu gì thăm thẳm lúc anh đi
Anh không hay cánh đồi ấy tên gì
Nhưng em biết ngày ngày anh vẫn đứng
Anh chưa biết đã tan cơn báo động
Chưa biết tin nhà, không nhận ra em
Không nằm trong nghĩa trang

Anh ở với đồi anh xanh vào cỏ
Cỏ ở đây thành nhang khói của nhà mình
Đồi ở đây cũng là con của mẹ
Lo liệu trong nhà dồn xuống vai em.

Tiếng còi xe Phan Thiết bước vào đêm
Đèn thành phố soi người đi câu cá
Anh không ngủ, người đi câu không ngủ
Biển đêm đêm trò chuyện với hai người.
Cứ thế từng ngày Phan Thiết có anh tôi.

1981

HOÀNG TRUNG THÔNG

Hoàng Trung Thông (1925-1993). Quê quán: Nghệ An. Hội viên Hội Nhà văn Việt Nam. Giải thưởng Nhà nước về Văn học nghệ thuật.

Trong nghĩa trang liệt sĩ

Tôi đứng đây với gió quê hương
Với ngọn cỏ xanh xanh mồ liệt sĩ
Biết nói gì đồng chí?
Buổi chiều hè chói chang
Lúa mấy lần xanh
Hoa mấy độ vàng
Tôi đứng giữa biển thời gian thăm thẳm
Gió đưa hương trên hàng bia im lặng
Tiếng thì thầm những lá cây rơi
Các đồng chí ơi
Mỗi giọt lá như từng giọt máu
Nhắc tới mãi con đường chiến đấu
Đã giải bằng muôn vạn hy sinh
Đất nước ta từ biển cả đến rừng xanh
Đâu cũng trắng những nghĩa trang liệt sĩ.

Tôi cúi đọc từng tên trên mộ chí
Cúi đọc từng chiến công
Nghe dòng kênh róc rách nước lên đồng
Nghe tiếng trẻ đánh vần theo nhịp gõ

Nghe bước chân đàn trâu ai gặm cỏ
Nghe tiếng máy cày, nghe tiếng tình ca
Nơi chiến trường bom đạn thét, ngày qua
Giờ tiếng cuộc đời vui biết mấy
Tôi muốn thúc các đồng chí dậy
Cùng tôi nhìn đất nước hôm nay

Nghĩa trang. Gió thổi lá cây
Giữa hàng bia im lặng
Những bông hoa vàng thắm
Buổi chiều hè chói chang.

39

TRÚC THÔNG

Trúc Thông tên thật là Đào Mạnh Thông. Sinh năm 1940. Sống ở Hà Nội. Hội viên Hội Nhà văn Việt Nam. Giải thưởng Nhà nước về Văn học nghệ thuật.

‖*Bờ sông vẫn gió*

Chị em con kính dâng hương hồn mẹ

lá ngô lay ở bờ sông
bờ sông vẫn gió
                người không thấy về
xin người hãy trở về quê
một lần cuối... một lần về cuối thôi
về thương lại bến sông trôi
về buồn lại đã một thời tóc xanh
lệ xin giọt cuối để dành
trên phần mộ mẹ vương hình bóng cha
cây cau cũ giại[1] hiên nhà
còn nghe gió thổi sông xa một lần

con xin ngắn lại đường gần
một lần... rồi mẹ hãy dần dần đi...

---

1. Giại: cái giại, một thứ như bình phong đan bằng tre dựng trước hiên nhà ở những vùng quê Bắc bộ.

40

CHIM TRẮNG

Chim Trắng (1938-2011).
Tên thật là Hồ Văn Ba. Quê
quán: Bến Tre. Hội viên Hội
Nhà văn Việt Nam. Giải
thưởng Nhà nước về Văn
học nghệ thuật.

‖ *Chiều lạnh*

Tháng Chạp, chồng chân lên dấu cũ
Cỏ non lấp kín lối xưa rồi
Xương mục rã dưới chân đồi - gió hú.
Máu đâu còn đỏ thắm dưới chân tôi!

Thế là hết một thời quá khứ
Cỏ non xanh xanh đến lạnh người
Máu xương - xương máu không màu ấy
Chiều lạnh - đường xa - chiều lạnh ơi.

VƯƠNG TRỌNG

Vương Trọng tên thật là Vương Đình Trọng. Sinh năm 1943 tại Đô Lương, Nghệ An. Hội viên Hội Nhà văn Việt Nam. Giải thưởng Nhà nước về Văn học nghệ thuật.

Khóc giữa chiêm bao

Tưởng nhớ Mẹ

Đã có lần con khóc giữa chiêm bao
Khi hình mẹ hiện về năm khốn khó
Đồng sau lụt, bờ đê sụt lở
Mẹ gánh gồng xộc xệch hoàng hôn.

Anh em con chịu đói suốt ngày tròn
Trong chạng vạng ngồi co ro bậu cửa
Có gì nấu đâu mà nhóm lửa
Ngô hay khoai còn ở phía mẹ về…

Chiêm bao tan nước mắt dầm dề
Con gọi mẹ một mình trong đêm vắng
Dù biết lời con chẳng thể nào vang vọng
Tới vuông đất mẹ nằm lưng núi quê hương.

Con lang thang vất vưởng giữa đời thường
Đâu cũng sống, không đâu thành quê được
Còn quê mẹ cuối chân trời tít tắp
Con ít về từ ngày mẹ ra đi.

Đêm tha hương con tìm lại những gì
Với đời thực chẳng bao giờ gặp nữa
Mong hình mẹ lại hiện về giấc ngủ
Dù thêm lần con khóc giữa chiêm bao!

1988

42

CHẾ LAN VIÊN

Chế Lan Viên tên thật là
Phan Ngọc Hoan. Sinh
ngày 20 tháng 10 năm 1920
tại Nghệ An. Quê quán:
xã Cam An, huyện Cam
Lộ, tỉnh Quảng Trị. Ông
mất ngày 19 tháng 6 năm
1989 tại thành phố Hồ Chí
Minh. Hội viên Hội Nhà
văn Việt Nam. Giải thưởng
Hồ Chí Minh về Văn học
nghệ thuật.

‖ *Từ thế thi ca*

I.

Anh không ở lại yêu hoa mãi được
Thiêu xong, anh về các trời khác cũng đầy hoa
Chỉ tiếc không có tình yêu ở đó!

II.

Anh thành một nhúm xương gio trong bình
Em đừng khóc
Ngoài vườn hoa cỏ mọc

III.

Cho dù trái đất không còn anh
Anh vẫn còn nguyên trái đất
Tặng cho mình

IV.

Những kẻ nguyền rủa anh sẽ buồn
Chả còn anh cho họ giết
Dao sẵn rồi, họ không dễ để yên

V.
Những bạn bè yêu anh sẽ gặp anh
trong cỏ
trong hạt sương
trong đá
trong những gì
không phải anh

Anh tồn tại mãi
Không bằng tuổi tên
Mà như tro bụi
Như ngọn cỏ tàn đến tiết lại trồi lên.

BẰNG VIỆT

Bằng Việt tên thật Nguyễn Việt Bằng, sinh 15 tháng 6 năm 1941. Quê quán: xã Chàng Sơn, huyện Thạch Thất, Thành phố Hà Nội. Hội viên Hội Nhà văn Việt Nam. Giải thưởng Nhà nước về Văn học nghệ thuật.

Những gương mặt những khoảng trời

Chiến trường quen, mới đó lại xa rồi,
Gió thổi theo tôi dọc những vùng trời
Những chiến sĩ trẻ măng hẹn ngày gặp lại
Những gương mặt bình thường như lẽ phải
Mỗi gương mặt sinh ra để đón một vòm trời!

Dẫu ở nơi đâu cũng mắc nợ cuộc đời,
Những binh trạm tiền tiêu thổi cơm trong lòng đất
Những em bé Vân Kiều, đôi mắt tươi như hát
Quen nhìn xuyên trăm đám lửa mù đen
Bỗng mở xanh lạ lùng trước một khoảng trời yên!

Nhớ bà mẹ Trường Sơn, thăm thẳm trước rừng đêm
Nấu bát canh dong tây, nhường con ăn khỏi đói,
Nhớ em gái Thừa Thiên, hy sinh rồi chẳng nói
Mãi mãi để dành ta một khoảng thắm bầu trời
Ta vuốt mắt cho em, đôi mắt vẫn trong ngời!

Im lặng trước cơn đau và khóc trước niềm vui
Ôi tôi nhớ đêm công đồn Quảng Trị
Một vạn quả pháo ta bay lên trời kỳ dị
Rực thác lửa vàng xanh, tuôn xuống mặt quân thù,
Phút đứng dậy xung phong, mắt rớm lệ không ngờ.

Sống cảm động suốt đời, đất nước chiến trường ơi!
Mỗi gương mặt tôi quen, một lần nhìn, thương mãi...
Bao em bé ngây thơ, bao mẹ già từng trải,
Những chiến sĩ băng qua khắp đất nước hầm hào,
Mỗi gương mặt bình thường, sau nghìn lần sống chết
Rọi ánh sáng vào tôi, cùng những khoảng trời cao!

1970

44

LÊ ANH XUÂN - CA LÊ HIẾN

Lê Anh Xuân tên khai sinh là Ca Lê Hiến, sinh ngày 5/6/1940 tại Châu Thành, tỉnh Bến Tre. Là liệt sĩ, hy sinh trên chiến trường miền Nam năm 1968. Được truy tặng là Anh hùng lực lượng vũ trang. Hội viên Hội Nhà văn Việt Nam. Giải thưởng Nhà nước về Văn học nghệ thuật.

Trở về quê nội

Ôi quê hương xanh biếc bóng dừa
Có ngờ đâu hôm nay ta trở lại
Quê hương ta tất cả vẫn còn đây
Dù người thân đã ngã xuống đất này
Ta lại gặp những mặt người ta yêu biết mấy
Ta nhìn ta, ta ngắm, ta say
Ta run run nắm những bàn tay
Thương nhớ dồn trong tay ta nóng bỏng.

Đây rồi đoạn đường xưa
Nơi ta vẫn thường đi trong mộng
Kẽo kẹt nhà ai tiếng võng trưa
Ầu ơ... thương nhớ lắm
Ơi những bông trang trắng, những bông trang hồng.
Như tấm lòng em trong trắng thủy chung
Như trái tim em đẹp màu đỏ thắm
Con sông nhỏ tuổi thơ ta đã tắm
Vẫn còn đây nước chẳng đổi dòng
Hoa lục bình tím cả bờ sông.

Mẹ lưng còng tóc bạc
Ngậm ngùi kể chuyện ta nghe
Tám em bé chết vì bom xăng đặc
Trên đường đi học trở về.
Giặc giết mười người trong một ấp
Bà con khiêng xác chất đầy ghe

Chở lên Bến Tre đấu tranh với giặc
Làng ta mấy lần bom giội nát
Dừa ngã ngổn ngang, xơ xác bờ tre,
Mẹ dựng tạm mái lều che mưa che gió.
Ta có ngờ đâu mái lều của mẹ
Dưới lớp đất kia ngọn lửa vẫn còn
Mẹ ta tần tảo sớm hôm
Nuôi các anh ta dưới hầm bí mật
Cả đời mẹ hy sinh gan góc
Hai mươi năm giữ đất, giữ làng
Ôi mẹ là bà mẹ miền Nam.
Ta có ngờ đâu em ta đấy
Dưới mái lều kia em đã lớn lên
Em đẹp lắm như mùa xuân bừng dậy
Súng trên vai cũng đẹp như em
Em ơi! Sao tóc em thơm vậy
Hay em vừa đi qua vườn sầu riêng

Ta yêu giọng em cười trong trẻo
Ngọt ngào như nước dừa xiêm

Yêu dáng em đi qua cầu tre lắt lẻo
Dịu dàng như những nàng tiên
Em là du kích, em là giao liên
Em là chính quê hương ta đó
Mười một năm rồi ta nhớ, ta thương

Đêm đầu tiên ta ngủ giữa quê hương
Sao thấy lòng ấm lạ
Dù ngoài trời tầm tã mưa tuôn
Tiếng đại bác gầm rung vách lá
Ôi quê hương ta đẹp quá!
Dù trên đường còn những hố bom
Dù áo em vẫn còn mảnh vá
Chỉ có trái tim chung thủy, sắt son
Và khẩu súng trong tay cháy bỏng căm hờn.

9/1965

LƯU QUANG VŨ

Lưu Quang Vũ (1948-1988).
Quê gốc Quảng Nam. Hội
viên Hội Nhà văn Việt
Nam. Giải thưởng Hồ Chí
Minh về Văn học nghệ
thuật.

‖ *Vườn trong phố*

Trong thành phố có một vườn cây mát
Trong triệu người có em của ta
Buổi trưa nắng bầy ong đi kiếm mật
Vào vườn rồi ong chẳng nhớ lối ra.

Vườn em là nơi đọng gió trời xa
Hoa tím chim kêu bàng thưa lá nắng
Con nhện đi về giăng tơ trắng
Trái tròn căng mập nhựa sinh sôi.

Nơi ban mai cỏ ướt sương rơi
Một hạt nhỏ mơ hồ trên má
Hơi lạnh nào ngón tay cầm se giá?
Suốt cuộc đời cũng chẳng hiểu vì sao…

Nơi đêm khuya vọng lại tiếng còi tàu
Bỗng nhớ xa xôi những miền đất nước
Nơi bài hát lên đường ta hẹn ước
Nơi góc vườn ta để quên chùm hoa…

Nơi vòm lá rì rào xao động cơn mưa
Quả ngọt chín khi mùa ve lại đến
Những chân trời màu hồng những chân trời màu tím
Những ngôi sao bàng bạc cả hoàng hôn.

Nơi lá chuối che nghiêng như một cánh buồm
Cánh buồm xanh đi về trong hạnh phúc
Se sẽ chứ, không cánh buồm bay mất
Qua dịu dàng ẩm ướt của làn môi.

Dưa hấu bổ ra thơm suốt ngày dài
Em cũng mát lành như trái cây mùa hạ
Nước da nâu và nụ cười bỡ ngỡ
Em như cầu vồng bảy sắc hiện sau mưa.

Đến bây giờ đánh giặc anh đi xa
Nhìn lại mảnh vườn xưa thấy hẹp
Biết bao điều anh còn chưa nói được
Rối rít trong lòng một nỗi em em.

Rừng rậm đèo cao anh đã vượt lên
Theo tiếng gọi con tàu ngày bé dại
Vườn không níu được bước chân trở lại
Nhưng lá còn che mát suốt đường anh.

Mảnh vườn em vẫn là mảnh vườn xanh
Nơi ban đầu lòng ta ươm tổ mật
Nơi ta hái những chùm thơ thứ nhất
Nơi thu sang mây trắng vẫn bay về.

1967

...
...Chinese

英玉
ANH NGỌC

詩人英玉本名為阮德玉。
1943 年出生於義安省義祿
縣。越南作家協會會員。
曾獲國家文藝獎。

肩上江山（長篇詩歌）

Sông núi trên vai (trường ca)

● ● ●

敬贈中部南端 H50 運載團的女戰士們

*

如橋樑跨過寬闊的河流
她們跨過戰爭兇猛的瀑布
留給將來自己的形影
輪廓印在歲月的滄桑
歷史在白色的紙張上
記錄著她們風起雲湧的身軀

*

她們上路
南端一個下午，龍腦香林葉颯颯落下
像玻璃般在人的腳下破碎
午後的風開起森林之門
第一張臉已經出現
在蓮葉的帽沿下
遇見風和陽光的天空
大眼窩深凹似乾涸的雙井
累積千夜深熬的長路
戰鬥圍巾的摺痕皺在肩上
背簍的痕跡又深又紅
瘦小的雙肩
卻撐滿千斤

....
她們又上路
如那樣一個下午
與我同一個世代的人
在破碎的陽光下
天涯燃燒著烈火的黃色
流浪尋偶的鳥兒們
夜裡花瓣緊閉的花朵
天空晴朗又寧靜
銀色的雲朵濃厚如枕頭
她們加快腳步走
額頭碰觸黑暗
背對著烈日
滿載的背簍如山嶺般壓在肩膀上
滿載的背簍從未離開她們一秒
宛如從出生
她們的命運已與背簍相連
少女身高 1 米 55
DK 砲彈已超過頭半米高
生命與死亡在肩上交會
如女媧煉石補天
與我同一個世代的人
把江山背在瘦小的肩膀上
她們的貢獻遠大於她們的身影

雙肩之歌

Bài ca về những đôi vai

● ● ●

載貨回來後
雙肩滿焰火
背簍剛卸貨
雙肩缺又滿

風雨已磨平
皮肉變鐵石
圍巾太年輕
肩膀不服老

戰爭已過去
雙肩仍溫熱
回憶少女時
裸肩上撥髮

二十年行軍
一輩子艱辛
如古人補天
皮膚滿傷疤

妳溫柔擁抱
背簍仍帶刺
心疼那雙肩
背愛情過橋

回到妳身邊
經萬重戰火
常情與奧秘
相依肩併肩
…………

中部南端，1975 年 3~4 月
河內，1977 年 3~5 月
修改：1993

02

玉拜

NGỌC BÁI

詩人玉拜，1943 年生於安
沛省鎮安縣。越南作家協
會會員。曾獲國家文藝獎。

戰士的墳墓

Mộ người chiến sĩ

● ● ●

三十年您躺在古老的森林中
三十年樹葉颯颯落在墳墓上
沒有石碑，沒有姓名
只有憐憫您的村民點香拜

敵人在柏樹下殺死您
您和柏樹一起中槍
您鮮紅的血滲入紅土
捍衛青翠的家園一輩子

人無名，花草也無名
一撮土散落在石頭上
散落的葉子像熬夜的黑眼圈
如思念的眼睛，眨不停

與您同時代的戰士已經老了
那經歷無數場戰役的頭髮也已斑白

如大樹林立般的那些軍隊
您就像那些新生的樹林一樣翠青

在您的墳墓上點一支香
風仍沿著古老森林徐徐地吹
風仍沿著人生親切地吹
在這片熱愛的土地上

1982 年 4 月

03

秋溢

THU BỒN

詩人秋溢本名為何德忠。
1935 年 12 月 1 日生於廣
南省奠盤縣奠勝社，2003
年 6 月 17 日辭世。越南作
家協會會員。曾獲胡志明
文藝獎。

經過母親家鄉

Qua quê mẹ

● ● ●

這條河左岸擔心右岸
我站在此處時間直曬臉龐
經過母親的家鄉卻無法回去探望母親
河一直彎曲地流，突然變韓河[1]

白色翅膀的海鷗飛了百圈
雙翅堅韌如我的人生
夜幕降臨，炊煙裊裊
那星星都在浩瀚宇宙駐守

這個狹窄的一塊地妳來過嗎
狹窄得像戰時的一條小徑
我還以為永遠不會摘下
妳嘴唇似的香甜早熟果實

經過平原聽那熟悉歌聲
熟悉得永遠不會陌生
熟悉那每一場雨都淋濕
陽光已把妳的頭髮曬乾了嗎？

---

1. 譯者註：韓河 (sông Hàn) 一條位於越南峴港市的河。

我家鄉海比水還要多
湧入高空，滲入深土
海已經吹出飢餓的渴望
天真純潔的源頭——妳的眼睛在哪？

水已經退潮
這條河一輩子也追不上
那些瀑布仰天吶喊
千年雲朵仍然橫掛於天空

鳥啾啾叫，風也在迎接
我胸懷空如沒有門的房子
心燃燒如赤焰的炭火
往上飛，燒盡整個天空

在你的院子裡月亮依然明亮
妳的臉龐都是月圓
妳別責怪我是風
永遠伴隨你而吹……

1985-1990

04

輝近

HUY CẬN

詩人輝近，1919 年 5 月 31 日生於河靜省香山縣恩福村，2005 年 2 月 19 日辭世。越南作家協會會員。曾獲胡志明文藝獎。

滔滔江水

Tràng giang

● ● ●

滔滔江水攪亂人心
船隻撥開浪水前進
船已靠岸，心頭仍戚戚
像一支小火柴，孤伶在水面

蕭瑟的風吹過小沙洲
遠方傳來村莊黃昏市場的關門聲
望著落日餘暉與高聳的天空
江水綿延，浩瀚大地，孤單的堤岸

片片的浮萍漂去哪
江水如此遼闊，連一艘渡河的船也沒有
連接我們感情的橋也沒有
只有寧靜的綠草堤與黃土岸

層層高雲堆成銀山
孤鳥斜飛的身影伴隨黃昏降臨
滔滔江水是家鄉的心跳
沒有炊煙的黃昏也思鄉

05

農國振
NÔNG QUỐC CHẤN

詩人農國振 (1923-2002)，
本名為農文瓊。籍貫為北
乾省銀山縣谷旦社。越南
作家協會會員。曾獲胡志
明文藝獎。

思念

Nhớ

● ● ●

溪思念誰
溪水潺潺
日日夜夜
毫無抱怨

鳥思念誰
飛來飛去
日出日落
無懼遙遠

斗笠想誰
日曬雨淋
走在長路
不忘付託

圍巾想誰
思緒雜亂
色線不退
鋪蓋頭髮

犁思念誰
早晚耕耘
水牛肩膀
期待豐收

扇思念誰
宛如蝶翅
輕輕吹動
心更涼快

燈思念誰
整夜不睡
睜眼守天
熊熊火焰
誰想就想
誰去就去
戰場槍聲
勝利，返鄉！

06

林氏美夜

LÂM THỊ MỸ DẠ

詩人林氏美夜，1949 年 9
月 18 日生於廣平省麗水
縣。父親是華裔，母親是
順化人。越南作家協會會
員。曾獲國家文藝獎。

天空，彈坑

Khoảng trời, hố bom

● ● ●

故事說：妳，開路的少女
那個夜晚，為了避免道路受損
以便車團趕上出戰場的時刻
妳以對祖國的愛點亮一把火
以身軀抵抗整顆炸彈的轟炸⋯⋯

我單位行軍經過小路徑
遇到彈坑提起少女的故事
一個墳墓，燦爛的陽光灑在石頭上
對您的敬仰如太陽⋯⋯

我凝視著那殺人的彈坑
雨水已累積成一片小小的天空
我們祖國如此慈祥
有雨水撫慰傷痛的痕跡

妳躺在深土裡
在星空平靜下安息著
星星是你的靈魂

夜夜閃爍著
是不是妳那白皙、純潔的皮肉
已變成那些白色雲朵？
晴日時，那天空灑滿陽光
經過妳的天空
烈日發威
是太陽還是妳的心
照亮我
讓我繼續走這段漫長之路？

妳的名字留下當路名
妳的死已成為藍天白雲
我看見自己在妳的生活裡

妳的臉孔，我朋友都不熟悉
所以每個人都有想像中的妳！

長山，1972 年 10 月

07

春妙

XUÂN DIỆU

詩人春妙，本名為吳春妙，
1916 年 2 月 2 日出生於平
定省雖福縣，1985 年 12
月 18 日辭世。籍貫為河靜
省干祿縣爪牙村。越南作
家協會會員。曾獲胡志明
文藝獎。

月琴

Nguyệt cầm

● ● ●

月落此處月宮冷，
月疼愛，月思念，月純白。
琴憂愁，琴寧靜，琴緩慢！
琴聲如殘銀掉淚。

雲散，天淨，夜如玻璃；
玲瓏的光影忽然搖動身體
歌聲中傾訴著
娘子在月圓夜跳河自盡。

冷秋的月更明亮，
琴如冰水，冷，天啊……
月琴聲聲訴哀愁：
明月照流水，樂曲感動人……

四段樂曲：像水晶海。
我靈魂像一座荒蕪的孤島
天降冷霜，深夜憋氣
聽著音樂憂愁到魁星。

08

范進聿

PHẠM TIẾN DUẬT

詩人范進聿生於 1941 年 1
月 14 日，2007 年 12 月 4
日辭世。籍貫為富壽省富
壽省會。越南作家協會會
員。曾獲胡志明文藝獎。

在長山的兩端
Trường Sơn Đông Trường Sơn Tây

● ● ●

同樣在長山森林掛上吊床
兩人在遙遠的兩端
上戰場的路，這季節正美
東長山想念西長山。

一個山脈，兩種雲色
這邊下雨那邊日曬，氣候迥異
像我和妳，像南和北
像森林的東邊和西邊。

我走在西長山，心疼妳
那邊多雨，是扛米的小徑
森林蚊子多，記得穿長袖
青菜沒了，妳要竹筍嗎？

我心疼你在寒冬的西邊
溪水乾枯蝴蝶飛在岩石上
你知道我迷上這個陌生地
卻也擔心我如何擋住敵人的炸彈

我上車，大雨滂沱
雨刷抹去思念
妳下山，陽光燦爛
樹枝撥開心思。

東邊到西邊不是送信路
而是運送彈藥和糧食
東長山，喊著「預備」口號的綠衣少女
西長山，穿著綠色軍服的部隊。

從妳那到我這
我方軍團，接應上戰場
如愛情言語訴不盡
東長山，連接西長山。

光勇

QUANG DŨNG

詩人光勇本名為裴廷琰，
1921 年生於丹鳳縣（今屬
河內）鳳池村，1988 年辭
世。越南作家協會會員。
曾獲國家文藝獎。

西進
Tây Tiến

● ● ●

馬河²遠了，西進！
思念山林，魂牽夢縈
濃霧籠罩，軍團在塞考³駐營
在蘑刺⁴的霧夜裡飄來花香

蜿蜒上坡，陡峭下坡
在雲海裡，槍枝一柱擎天
攀岩千尺，下嶺千尺
誰家在法輪⁵遠方的雨中

淌血的戰友無法再行走
倒臥槍枝軍帽上，撒手人寰！
磅礴瀑布日日怒吼
崙溪⁶的猛虎夜夜嚇人

---

2. 譯者註：河流名，位於越南和寮國邊界。
3. 譯者註：村莊名，位於越南清化省岷吶縣岷里社。
4. 譯者註：地名，位於越南清化省岷吶縣。
5. 譯者註：山名，位於岷吶縣岷里社。
6. 譯者註：越南和平省梅州縣岷檄社。

西進，熱騰騰的飯啊！想念！
梅州縣[7]糯米飯香的季節

火炬烈焰點亮晚會營火
何時穿上禮服的妳
竹笛聲繚繞羞澀的妳
樂聲充滿築夢詩般的永珍[8]

重重暮靄前往木州[9]的人
是否看見岸邊的蘆葦魂
是否懷念獨木舟上的身影
沿著水流搖曳的花朵

西進軍團各個掉髮
青如綠葉威風似虎

我們帶著夢想越過邊界
夜晚抱著河內[10]入香夢

---

7. 譯者註：越南和平省梅州縣。
8. 譯者註：寮國首都。
9. 譯者註：越南山羅省木州縣。
10. 譯者註：越南首都。

遠處邊疆四處墳墓
不惜青春踏上戰場
草蓆代替壽衣，歸於塵土
馬河嘶吼像獨行曲

西進兵不敢承諾會再見
踏上險惡之路等同分離
那年的春天，誰往西進
靈魂留在桑怒[11] 遠離故鄉

Phù Luu Chanh[12], 1948 年

---

11. 譯者註：寮國桑怒市。
12. 譯者註：村莊名，位於越南河南省金榜縣。

10

磐才團

BÀN TÀI ĐOÀN

詩人磐才團 (1913-2007)，
本名為磐才宣。籍貫為宣
光省山陽縣中安社。越南
作家協會會員。曾獲國家
文藝獎。

胡伯伯的鹽

Muối của cụ Hồ

● ● ●

苗族人從前世世代代
在同文高地窮苦飢餓
抬頭看見高聳的山頂
低頭看見石頭彼此堆疊
將種子灑在石頭裂縫的地上
它發芽卻不肯開花
小孩哭討沾鹽巴的飯
媽媽從哪找出鹽巴呢？
媽媽安撫：你不要再哭了
爸爸將木材扛去市場換鹽了
你別哭，聽媽媽的話
爸爸若換鹽回來筷子頭也變好吃
老舊的門慢慢打開
高高興興地看見爸爸回來
可是為什麼爸爸安靜不說話
孩子問起鹽呢？爸爸搖頭
不夠錢，富人不賣
期望變失望打擊孩子
孩子淚水流滿小臉龐
爸爸只盯著孩子不知道該怎麼辦？

到了沒有敵機穿梭的日子
法軍從河江省撤退
一個溫暖的早晨
太陽照耀整個村落
有一個陌生人來高地
身上穿著土色的衣服
說什麼，媽媽聽不懂
他拜訪窮苦的家庭
媽媽問：你從哪裡來？
進來取暖喝杯茶
陌生人笑笑的回話
我是胡伯伯的幹部

自從胡伯伯的幹部來之後
市場那裡賣許多貨物
有的賣鹽隨便挑
有的賣紅布和綠布
胡伯伯帶衣服來，人民穿
胡伯伯帶鹽巴來，人民吃
今日您說我們一起去挖土
開出一條來同文的道路
讓車子帶來更多鹽
我們苗族人就不怕窮苦。

11

阮科恬
NGUYỄN KHOA ĐIỀM

詩人阮科恬 1943 年 4 月
15 日出生。籍貫為順化市
水安社安舊村。越南作家
協會會員。曾獲國家文藝
獎。

那些歌曲、小徑和人們

Những bài hát, con đường và con người

● ● ●

那些沒有人再唱的歌曲
在我的嘴唇上像輕柔的風般破碎
黃昏，路邊的每一根草都暗掉了
因為疼惜又點亮每一把火
那些沒有人再唱的歌曲
在我的嘴唇上像輕柔的風般破碎。

那些沒有人再回去的小徑
已經靜默地化做我的血脈
我聽見戰友的腳步聲
在火海戰場的小路徑
那些沒有人再回去的路徑
已經靜默地化做我的血脈。

那些沒有人再見面的人們
已經將最後的負擔放在我的肩膀上
那些枯瘦又浪漫的臉龐
像那片森林般已經屬於我
那些沒有人再見面的人們
正在與我共享整個青春……

1984 年 7 月

祭亨

TẾ HANH

詩人祭亨，1921 年 6 月 20
日出生，2009 年 7 月 16 日
於河內辭世。籍貫為廣義
省平山縣平陽社。越南作
家協會會員。曾獲胡志明
文藝獎。

颱風

Bāo

● ● ●

颱風來襲那晚
樹斷枝落葉
牽妳的手
一起過馬路避免跌倒

颱風早已遠離
那行樹已恢復翠青
但妳已遠離

而我心中的颱風從未平息。

1957 年

13

陳寧湖
TRẦN NINH HỒ

詩人陳寧湖本名為陳有
喜，1943年出生於北江省。
越南作家協會會員。曾獲
國家文藝獎。

弔亡夫

Viếng chồng

● ● ●

- 嫂嫂！……
只能說出這句
帶路的阿兵哥突然講不出話
怎樣都講不出話來：
- 妳把花放錯邊了
他的墳墓在左邊
她從故鄉帶來一束花
另外一束花由我們負責！

- 我懂你的意思了
讓我把花放在那個墳墓上
整個森林只有兩個墳墓
我已在這準備獻花！

14

詩皇

THI HOÀNG

詩人詩皇，本名為黃文部，1943 年 5 月 25 日生於海防市永保縣永進社。越南作家協會會員。曾獲國家文藝獎

樹與天之間
Ở giữa cây và nền trời

● ● ●

好像從來沒有哪一個下午
比今天的下午還要清，高聳的藍天
樹高挺像要與天空比高下
樹頂盡力冒出嫩芽。

今後我們會更好
大自然與我們共處太偉大
葉子搖動像母親叮嚀的話
一望無際的天空像父親

別忘記面對敵人的時刻
別把人生當作海上的泡沫
翠綠的山林提醒我們
越南翠青會為我們存在

一望無際的天空是這麼的藍
樹為求生存而彎曲而茂密
太陽發出熱情的光芒
在一個如此仁義的下午。

我聽到某人的呼喚聲……

15

正友
CHÍNH HỮU

詩人正友本名為陳廷得，
1926 年 12 月 15 日生於義
安省榮市，2007 年 11 月
27 日辭世。籍貫為河靜省
干祿縣。越南作家協會會
員。曾獲胡志明文藝獎。

同志

Đồng chí

● ● ●

你家鄉水鹹，土酸
我村莊窮苦，翻土淨是碎石
你和我陌生的兩人
來自何方不約而相識。
槍並槍，頭靠頭
寒夜共被，成為知己
同志！

田地你託親友犁
放任風雨吹襲的空屋
水井、榕樹想念從軍的你。
你我一起經歷寒天凍地，
高燒到顫抖，汗水濕額頭。

你衫破肩
我褲無數處已補
即使寒冷刺骨也嘴上笑著
雙腳無鞋，緊踏土地
互相疼惜，手緊握手！

今夜荒林霜凍
相依身旁等待敵人
月亮高掛在槍頭。

1948 年 2 月

16

素友
TỐ HỮU

詩人素友本名為阮金成。
1920 年 出 生，2002 年 辭
世。籍貫為扶來村，今屬
承天 - 順化省廣田縣廣壽
社。越南作家協會會員。
曾獲胡志明文藝獎。

從此

Từ ấy

● ● ●

從此我心裡燃起夏日的陽光
真理的太陽燦爛地穿過心底
我的靈魂宛如一座花園
濃郁芬芳，處處鳥鳴……

將自己的心與眾人連在一起
讓我的熱情蔓延萬方
讓我的靈魂與眾多痛苦的靈魂
彼此靠近添加生命的力量

我已是萬戶人家的孩子
成為數萬人的弟弟
成為數萬人的哥哥
無衣無食，流浪四處……

1938 年 7 月

陳登科

TRẦN ĐĂNG KHOA

詩人陳登科，1958 年 4 月
26 出生。故鄉在海洋省南
策縣國俊社田池鄉。越南
作家協會會員。曾獲國家
文藝獎。

水兵的情書

Thơ tình người lính biển

● ● ●

我出海
白雲似帆橫掛在天空上
分離時，我在港口散步
海一邊，妳一邊

海吵鬧，妳卻柔和
妳好像講什麼，然後靜靜地微笑
我像一艘船，從兩側浪中尋找平靜
海一邊，妳一邊

明日，明日，當都市亮燈時
我船會在遠方的星群下放錨
天遠海深，但我不孤獨
海一邊，妳一邊

艱苦的祖國從未平靜
颱風也未曾停止於白喪巾上
我守夜。深夜。荒島。
海一邊，妳一邊

那片天空下也許沒有妳
也沒有海。只剩下我和草
儘管如此，我還會記得
海一邊，妳一邊……

1981 年

18

阮德戊

NGUYỄN ĐỨC MẬU

詩人阮德戊，1948 年生於
南河南寧。籍貫為南定省
南直縣南田社。越南作家
協會會員。曾獲國家文藝
獎。

有無數螢火蟲飛繞的森林裡

Cánh rừng nhiều đom đóm bay

● ● ●

夜晚。我單位在森林裡的深處歇腳。在一條乾溪
裡有人挖出一口水井。在喉嚨乾枯的口渴後我們
盡情地喝著井水。甜涼水舒暢了我們枯萎的肉體。
哪知道，後來發現水井裡有死人的屍體。朦朧的
夜晚，有無數的螢火蟲在閃爍，如幻覺。

我離開吊床，背上槍，輪到我看守。當走在黑暗
的樹林裡，我踢到某種腐爛的東西，被濃濃的腥
味嗆到。或許是一隻中彈的斑鹿吧？我疲倦的默
想。看守完後，我回到吊床繼續睡。那晚滿是螢
火蟲，如夢，如睡。我分不清楚身旁樹下螞蟻在
屍體上不停地鑽洞是夢魘還是真實？

隔天早晨，後勤大哥們撈水煮飯忽然看見兩個女
兵的屍體。我們整個小隊搜索各個石頭縫、樹叢，
還找到另外三位男兵屍體。他們身旁留下電線與
安靜的無線電。我們猜，他們應是通訊兵，被敵
人突襲了。我們為他們立了五個無名墓。

戰爭已遠去，長山的小路，我何時能回去？那裡有我親口喝下屍水的水井。那裡是螞蟻在深夜裡不停地鑽洞的地方。那裡有用傷痛和淚水蓋起的五個無名墳墓。那裡是有無數螢火蟲飛繞的森林。

19

黎氏雲

LÊ THỊ MÂY

詩人黎氏雲本名為范氏雪
棉。1948 年出生於廣治省
肇豐縣肇隆社安模村。越
南作家協會會員。曾獲國
家文藝獎。

那些盼望的月亮季節

Những mùa trăng mong chờ

● ● ●

你的信告知歸來日
月亮已高掛等待
花兒芬芳散發純潔
雲朵也露出渴望的顏色

明月傾斜
炸彈撼動殘月
遠方的船隻也被擊沉
在險惡的山林那頭

你背著背包回來
天地都為之倒轉
我高興到蒼白
像白日的月亮

相見整個月亮月季
我像天空那般年輕
你的懷抱好溫暖
嘴唇滿著哄睡的歌曲

明天又相送
月亮彎曲如一顆稻米
夜夜九千顆星星
滴入心底如火苗

盼望我盼望
月亮……美的臉龐
又亮又圓跟著你
整個戰鬥的路上

1973 年

陳潤明

TRẦN NHUẬN MINH

詩人陳潤明出生於 1944 年
8 月 20 日，故鄉在海洋省
南策縣國俊社田池鄉。越
南作家協會會員。曾獲國
家文藝獎。

讓我問……

Cho ta hỏi...

● ● ●

樹啊！請問你為何發芽
儘管春雨、暖陽遲遲不來
寧靜中繚繞著憂愁
傍晚的弦月掉入迷江……

火車啊！請問你何故而停下
寬闊的人生旅途中，目的地在哪？
也許下一班車，我已缺席
人們忘掉我……常常就如此……

讓我問妳，何故而生氣
輪到我……我也要離開……
只有愛情的心，仍然躊躇跳動
錯愕、沉痛……
　　　　在翠綠草皮墓下……

河內，K 醫院，2012 年 1 月 16 日

21

江南
GIANG NAM

詩人江南，本名為阮容。
生於 1929 年，籍貫為慶和
省。越南作家協會會員。
曾獲國家文藝獎。

故鄉
Quê hương

● ● ●

小時候一天去學校兩次
小小教科書教導我們愛故鄉的人道理：
"誰説放牛為苦？"
我放空心情聽高處的鳥鳴
蹺課的那些日子
在水池的橋上追蝴蝶
被媽媽抓到……
還沒被打就哭了！
鄰居的小女孩
笑呵呵地看我……

革命爆發
接著長期抗戰
故鄉滿是敵軍
告別母親上戰場
誰知鄰居的小女孩
竟也加入游擊隊
遇見我那天一樣笑呵呵
她那又黑又圓可愛的眼睛
行軍中一句話也不能說
部隊經過，我回頭再看……
滿天雨水心卻如此溫暖……

和平，我回來了
往昔的學校、甘蔗園、水稻田
再見到妳
妳害羞躲在門後……
一樣笑呵呵，當我細聲問起
嫁人生子的事情妳難以啟齒呀！
我溫柔地握住妳細小的雙手
它靜靜地在我的手裡，發熱……

今天聽到妳的消息
無法相信儘管是事實
敵人槍殺妳還把屍體摧殘
只因為妳是游擊隊啊！
斷腸的痛，讓我的三魂七魄找不到身軀！

以前愛故鄉因為有鳥有蝴蝶
有翹課受罰的那些日子……
如今愛故鄉，因為每一寸土
有我深愛的妳的青春和血肉

1960 年

潘氏清嫻

PHAN THỊ THANH NHÀN

詩人潘氏清嫻，生於 1943
年。籍貫為河內。越南作家
協會會員。曾獲國家文藝
獎。

沉默的柚花香

Hương thầm

• • •

街尾那兩間房子的窗戶
不知為何，從未關上
從早期就讀同一班的兩人
房子後方的柚子樹香味芬芳

將一串花藏在手帕裡
少女猶豫地走去鄰居家
那邊有一個人隔天要上戰場

他們安靜地坐著，不知道要說什麼
視線忽然尋找彼此，然後又馬上轉開
從來沒有人敢先開口……
柚子花的香味使人心更凌亂
他不敢求，她不敢送
只有溫馨雅緻的香味
隱藏不了，不斷輕柔地散發

少女宛如那串靜默的花
託香味訴說愛情
"你無情，你無知
我已來到你身邊了"……

他們分開，仍不語
沉默的柚花香繚繞著上戰場的腳步……

梅文奮
MAI VĂN PHẤN

詩人梅文奮，1955 年出生
於越南寧平省金山縣，現
居住以及工作於越南海防
市。他曾經獲得一些國際
與越南文學的獎項，其中
有越南作家協會獎 (2010
年) 和瑞典文學 Cikada 獎
(2017 年)。

苦藥
Thuốc đắng

● ● ●

(給玉簪)

發燒害妳宛如置身火爐
身為父親的我寧可代替妳變成灰燼
苦藥不能再等了
抓住妳的手
　　　我將藥倒入
惆悵地放開空碗⋯⋯

女兒啊！夜夜聽見霜降的聲音
辛苦熬過寒夜
那些脆弱的花瓣
仍需靠樹根的支撐才能傳遞香味。

汗水凝成手上的繭
春天湧進苦碗
我隨著歲月老去，滿臉淚痕
面對事實僅能放聲大哭。

妳夢見正在吃什麼
我將碗放在窗前
當妳成長至我這年齡
碗底也許還有風暴。

遠芳

VIỄN PHƯƠNG

詩人遠芳 (1928-2005)。本
名為潘清遠。籍貫越南安
江省朱篤縣新州。越南作
家協會會員。曾獲越南國
家文藝獎。

我的詩與妳的人生

Thơ anh và đời em

● ● ●

漆黑的夜晚……妳販售愛情
是露水還是妳的眼淚滋潤了草地
恩愛的言語飄然在風裡
但是愛情……妳何時才會了解！

我一生沉迷於寫詩
我寫的詩，文字甜美、純潔
我認為翩翩起舞的白蝶
展開漂亮翅膀已為人生帶來色彩

但風暴咆哮，宇宙也倒轉！
為何詩篇猶如蝴蝶翅膀那般輕薄？！
像樹葉漂過陌生的河岸
想保護但無奈風浪摧殘

我心疼妳出賣青春給人生
人生卻回報妳艱辛與恥辱。
我寫的詩行都是力不從心
寄給妳也為我自己哭泣。

武群芳

VŨ QUẦN PHƯƠNG

詩人武群芳本名為武玉
祝。出生於 1940 年 9 月 8
日越南河內慈廉縣。籍貫
越南南定省海厚縣。越南
作家協會會員。曾獲國家
文藝獎。

歸人

Người về

● ● ●

獻給釋一行禪師

近很近，遠則很遠
佛祖是傾斜於屋頂上的藍天
故鄉的田野仍留著父母的足跡
這條道路佛祖已經走過

廟鐘為誰而打，木魚為誰而敲
寒夜裡的浪聲撲在橋墩下
一眨眼，人生已淹沒在滄桑中
只剩像月亮光輝的愛流傳永世

溪流入河，河又注入汪洋
走遍人心再遇自己
看透花花世界
只剩屋簷前明皓的月亮在等待

加州 2005 年 1 月 18 日

伊方

Y PHƯƠNG

詩人伊方本名為許永山。
出生於1948年12月24日。
籍貫越南高平省重慶縣凌
孝社孝禮村。越南作家協
會會員。曾獲國家文藝獎。

哭寮防線 ¹³

Phòng Tuyến Khau Liêu

• • •

炒玉米
溪水
槍支
圍繞了全身
人圍繞了整座山嶺

妻在夫身邊
父親在子女身邊
情人在情人身邊
跟山坡合為一體
花叢間
草叢下
第一道防線
葉子的尖銳
眼睛射出明亮的光芒
染成靛藍色的雙手
突然染成猶如紅花布面
雙手就像能穿鑿石頭迎向陽光的薑株

---

13. 譯者註：哭寮 (Khau Liêu) 是越南的地名，位於越南高平省重慶和廣淵這兩個縣市的
　　交界。在 1979 年越中邊界戰爭發生時，哭寮山坡是與中國軍激烈交戰的地方。

老母親與年幼弟妹
充滿思念的山坡
連大馬路也變彎曲

第二道防線
每一塊石頭後面都有一位拿槍的人。

　　　　　　　　　　　1979 年

27

清桂

THANH QUẾ

詩人清桂本名為潘清桂。出
生於 1945 年。籍貫越南富
安省。越南作家協會會員。
曾獲國家文藝獎。

媽媽一個人待在空屋

Mình má ngôi nhà hoang

● ● ●

爸爸永遠離開了
媽媽一個人待在空屋
轉身看到供桌
再轉身看見香煙裊裊

晚風穿梭搖動門
彷彿有人在呼喚自己
聽到鄰居的拖鞋聲
醒來呆坐愣視
白天煮飯拜丈夫
拜完就吃那些飯菜
一個人坐在餐桌前
扒飯而哽咽

兒子只回來幾天
然後一直杳無音信
媽媽一個人孤單
日夜思念爸爸的形影

房子孤單空曠
媽媽的身影步履蹣跚
黃昏的銀白髮
兒心痛欲絕⋯⋯

1994 年 2 月 15 日

28

閉建國

BẾ KIẾN QUỐC

詩人閉建國 (1949-2002)。
籍貫越南河內市。越南作
家協會會員。曾獲國家文
藝獎。

對自己的叮嚀

Tự nhủ

● ● ●

雙腳啊，請帶我走
哪怕有時你們會絆倒在路上
有時踩到荊棘，說不定，有時……
我們仍然必須邁步前進，朝著理想。

雙耳啊，請帶我走
即使聽到很酸澀的是非言語
粗鄙的話語，說不定，有時……
我們仍然必須張開耳朵，朝著歌聲。

雙眼啊，請帶我走
到四處看見事情的真相
即使看見痛苦的事情，說不定，有時……
我們必須看見，因為我們期待美好。

我的心啊，請帶我走
離開我的胸坎
將大地獻給你
即使有痛苦，即使有辛酸，
即使有時苦楚能使心跳停止……

我們必須相扶持，因為我們相信幸福會到來。

1987 年

29

陳光貴

TRẦN QUANG QUÝ

詩人陳光貴出生於 1955 年
1 月 2 日 越南富壽省三清
縣春祿社。越南作家協會
會員。曾獲國家文藝獎。

村落的夜晚

Đêm ở làng

● ● ●

我再次回到夢中佈滿苔蘚霉斑的屋簷
穿過結實累累的果園
蹣跚的水牛蹄聲和睡著的老農
田野渴望著少婦懶散的胸部
村落將疲倦藏於黑暗
夜晚將村落藏於千年時代。

那些竹扇整夜孤寂難眠
風仍孤伶伶待在河邊
晚啼的雞聲輾轉在我心中
一束黯淡火光在夜晚道路的盡頭
願望就像嫩綠的青香蕉
母親再次點燈躡足走向穀倉
忐忑地傾聽新生稻穗的呼吸聲！

黑影自由地在天空之下移動
心煩意亂的竹林掉落頭髮
為貼近土地，一顆果子急於成熟
慌忙掉落在夜晚的果園！

我跟蟬聲愈來愈少的夏天共眠
村落的汗水輾轉流到我身上 。

但是母親還坐在那邊生火
早晨躁動的腳步聲⋯⋯

資料來源：
《砧板形狀的睡夢》，作家協會出版社， 2003 年

春瓊

XUÂN QUỲNH

詩人春瓊本名為阮氏春瓊。
出生於 1942 年。籍貫河內
市河東郡文溪社羅溪鄉。越
南作家協會會員。曾獲國家
文藝獎。曾獲胡志明文藝
獎。

焚風 [14] 與白沙

Gió Lào cát trắng

• • •

我人生的焚風與白沙
炙熱焚風與白沙的我

在吹著焚風的那些悶熱午後
媽媽含著嘴角的白沙為我唱搖籃曲
剛剛長大我已經學會挖洞
炸彈之下白沙焚風依然襲擊
白沙上多出一個沙丘
南美蟛蜞菊花瓣像滾動的車輪
我的人生有沙在保護
打仗時沙又做碉堡
戰友和我的鮮血如泉水湧出
在白沙上被焚風搧乾
我種的樹還不足以庇蔭
敵人的炸彈已將枝葉炸爛
這裡的地瓜比豐饒田野的地瓜還小

---

14. 譯者註：Gió Lào 是一種出現於越南中部的廣平、廣治、承天－順化這幾個省份的焚風。

曬焦果皮的釋迦被風吹過
沙只蓄太陽而蓄不住雨
腳步一再淪陷灼熱之中
風沙中，惡劣的日子裡
我嚮往一種和諧的綠色
一座結實累累的森林
我施肥然後採摘果實
我的家，我將回去重建
紅磚屋與燦爛未來世代的面孔

妳剛回來什麼都還沒看到
只有沙與能點火的焚風
酷熱的風在離別後成為思念
強悍的沙終究昇華成為疼惜
雖然有時我不甚滿意
這沙害我腳掌灼熱
這風害我臉皮發紅
即便貧瘠的土地使地瓜、樹薯難以苗壯
我願意將整個人生
奉獻給白沙與能搧火的焚風。

31

陳王山
TRẦN VÀNG SAO

詩人陳王山本名阮訂 (1941-2018)。籍貫越南承天 - 順化市。

一個愛國者的詩篇

Bài thơ của một người yêu nước mình

● ● ●

早上我穿著衣服和鞋子孤獨站在馬路上

風吹著窗外的竹子白花

乾髮還瀰漫著上一季稻穀的香氣

孩子們正在偷瞄

停在家院子前的那群麻雀

我如此地愛這個國家

每天早晨

望著那群麻雀

享受那涼爽的風

看那路旁充滿活力的小草

我仍活著

　　吃著

　　　呼吸著

　　　　　像大家一樣

有時偶爾想到一個陌生的笑聲

或是一句有柚子花和米仔蘭[15]的悲傷民謠

石頭上有乾去的一痕泥跡

沒有誰離別

也記得一聲火車的汽笛

---

15. 譯者註：「米仔蘭」(hoa ngâu) 一種原生自越南的花，學名 Aglaia duperreana。

我母親早起晚睡
今年五十多歲
丈夫已經死十幾年了
我才開始識字的時候
母親辛苦撫養我
為了下一餐奔波
一天兩次不時都有人來討債
也僅能咬緊牙齒
母親臉上很少露出笑容
多少中午和晚上
常一個人坐著哭泣
一直嘆氣什麼都不說
可憐兒子沒父親
孤苦伶仃
我愛著這個國家，心疼地
母親一個人養我十幾年不再婚
因為疼我而守寡
被那些有錢無賴天天責罵
他們施捨我們母子衣服、金錢像給了痲瘋病人
父親忌日時親戚沒半個人會到
給父親點幾炷香
和幾朵海棠花
我母親啜泣
祈禱父親保佑我成人

老公啊兒子還很年幼
還沒長智慧、腳步還不夠穩健
一個人養兒子不論晴雨
我愛著這個國家，辛酸地
在漫漫長夜拿火把行走
太熟悉了因此沒人記得名字
過去壓著在背上很沉重
謀生的日子汗流浹背
人生很低賤，爭奪每罐發霉的米
每一根菜、每一粒鹽巴
當兒子三餐不繼怎能快樂
母親愛我不管交通多麼艱辛
擔著很重的貨物過橋爬坡
每天夜晚母親都哭泣
每天夜晚母親都低聲祈禱
希望我長大成人能抬頭挺胸
我愛著這個國家，不渝地
我愛母親破爛的衣服
從不記得自己年齡已有多高

我走離
雨越下越大
怎麼今天感覺心裡抑鬱
像冬天早晨還未看到日出

長河躺著邊想起曾路過的森林
多疲累、感動每一個潮水
鳥停在樹枝上而不鳴
秋天的寧靜睡在菅芒花上
我愛這個國家的那些早晨
沒有人的笑聲也沒有小孩的歌聲
土石草木啊
心中仍然愛母親、想念父親
餐風露宿
兩行眼淚流下
每天一晚都祈禱上天，能逢凶化吉
我愛這個國家的殘破衣裳
破屋漏水，陋牆無法遮風
在每一次呼吸中仍愛著彼此
心裡一直疼樹愛根
晚上點燈坐等天亮
我愛這個國家，如此地
像愛院子裡的草木
像愛我刻苦耐勞的母親
今日把我養大成人
愛一個好聽的歌聲
有野草香氣的划船歌

情感洋溢的六句望古曲 [16]
有供奉在廚房的三尊灶君
跟蓮葉上水滴一樣不快樂的兒時
我愛這個國家，且我愛妳
綁馬尾乖巧的學生時代
白衣和串串紅色鳳凰花
在麻雀腳步中
坐著讀書和輕呼我名
經常不停地聊天
天上地下的奇怪故事
花朵孤獨長在石頭上的故事
常笑而不知有人難過。
今早冷風還在
離家時還想回望
再望一眼橘子樹、荔枝樹
疼愛加上珍惜老母親
妳還沒傷心
因為還沒穿過破衣服
我愛這個國家的粗茶淡飯
四千年的勤勞灌溉
衣釦鬆脫，過橋被風吹飛

---

16. 譯者註：望古曲 (vọng cổ) 是越南南部有名的戲劇曲調之一。

妳還是維持兒時的乖巧

我愛這個國家，塗炭地
母親在山上燒柴，父親在海邊捕魚
吃遍了各種野菜
養育百姓自開拓之時
四千年臥薪嘗膽
一寸心也是歐姬 [17] 子孫
一個聲音也充滿著扶董天王 [18] 的靈魂

我走完一天
遇見全是陌生人
無人知無人識
不知年齡不知名字
一起生活在這片土地上
一起承擔南北分割的痛苦
一起擁有同一個稱號叫越南
帶著在心外流血的傷口
一起共感含冤往生者的劇痛
盛怒氣憤而搥胸
跟同胞一起高聲疾呼

---

17. 譯者註：歐姬 (Âu Cơ) 是越南神話故事中的人物，相傳其是越南人的族母，與貉
　　龍君結婚生下一百個男孩，他們就是越南人的祖先。
18. 譯者註：扶董天王 (Thánh Gióng)，越南神話故事中的人物，是英雄、勇敢對抗敵人
　　的象徵。

一千四百萬人要求獨立自由的宣言
餐餐都能吃飽
冬天要能穿暖
能夠說、笑、高歌、戀愛不受人禁止
能夠祭拜自己尊敬的親人
二十年人生從不打算

我回來自己的小房子
點個微弱之油燈
蕭瑟的風吹在樹葉裡
清爽芬芳的夜晚院子
一碗莧菜加朝天椒的湯
隔壁鄰居有小孩的哭聲
母親抱孩子到愛子橋[19]上坐著
今日國家已經滲透人民的靈魂
即將蟬鳴的夏天
因此秋天所剩無幾
這個國家痛苦仍存
因此等待統一之日
讓北越不稱這邊人民是南越人
讓南越不稱那邊人民是北越人
歡喜之心今日不感到抑鬱

---

19. 譯者註：愛子橋 (cầu Ái Tử) 位於越南中部廣治省。

我愛這個國家，真誠地
像愛有我母親的小房子
像愛妳嘴唇上甜蜜的親吻
同時愛已經覺醒的我
一直期望自己國家的統一。

1967 年 12 月 19 日

盧銀沈

LÒ NGÂN SỦN

詩人盧銀沈 (1945-2013)。
籍貫越南老街垻灑縣 Bản
Vền, Bản Qua 村落。越南作
家協會會員。曾獲國家文藝
獎。

盲人

Người mù

● ● ●

盲人用耳朵觀、用腳看、用手欣賞
盲人主任正陶醉學習外語
盲人經理正研究養蜜蜂的技術
盲人畫家正描畫生命這幅畫
盲人歌手正高唱讚頌人生的歌曲
盲人詩人正朗誦光亮的詩歌⋯⋯

我驚訝於很多盲而不盲的人
我更驚訝於很多不盲而盲的人。

阮仲造
NGUYỄN TRỌNG TẠO

詩人阮仲造出生於 1947 年
8 月 25 日越南義安省演州
縣。往生於 2019 年 1 月 7
日。越南作家協會會員。曾
獲國家文藝獎。

給大人的童謠
Đồng dao cho người lớn

● ● ●

有一片已死的森林仍在我心中翠綠
有還活著但像已死去的人

有答句卻成為問句的句子
有偷腥當作婚宴的傢伙

有父有母有孤兒
有很圓的月亮但不是菜餡
有整個宇宙但沒有可住的房子
有微小的快樂卻有瀰漫的傷心

而船仍在海上 而草仍很翠綠
而人生仍陶醉 而靈魂仍灑脫

有悲哀有思念有哭泣有歡笑
有一個已經過千年的眨眼

1992 年

34

青草

THANH THẢO

詩人青草本名為胡成功，出
生於 1946 年，籍貫在越南
廣義省慕德縣德新社。越南
作家協會會員。曾獲國家文
藝獎。

鋁罐 [20] 之歌

Bài ca ống cóng

● ● ●

過往的那些悲壯歌謠
只在書裡吟誦
那些馬鞍上的劍
現在已太老舊了

我們的歌曲
是鋁罐之歌
解放軍的行李
是世界上最簡便的

飯熟剛剛掀鍋蓋
還有芋頭的湯品
山上的生茶葉有點澀
圍著喝還稱讚連連

從一個鋁罐
我們可做百樣事情

---

20. 譯者註：ống cóng 是指用過、要丟棄的罐頭、鋁罐等。

困境中激發智慧
我們阿兵哥十分聰明

一些患瘧疾的阿兵哥
以為沒力氣趕走蒼蠅
但是過了一站又一站
一退燒就出發行軍

鋁罐掛在腰間
今世的石笙鍋子 [21]
許多英雄瞬間長大
都曾吃過此鍋的飯

歲月逐漸淡化
很多迷人的歌曲
但我知道從這時間
像刻在磐石上
或刮劃在樹幹

今天的歌曲
粗糙與燦爛
帶著簡單的人生哲理
充滿甜蜜與辛酸。

---

21. 譯者註：石笙鍋子 (Nồi Thạch Sanh) 是出自於「石笙」，越南著名的傳說故事，描述名為石笙的年輕人，貧窮、老實、勇敢。故事中，石笙有個能源源不絕生出米飯的鍋子。

35

阮廷詩

NGUYỄN ĐÌNH THI

詩人阮廷詩出生於 1924 年
12 月 20 日在龍坡邦（寮
國）。往生於 2003 年 4 月
18 日。他的籍貫在武石鄉，
現為河內還劍郡場錢坊趙婆
街。越南作家協會會員。曾
獲胡志明文藝獎。

想念

Nhớ

● ● ●

星星想念誰而閃爍著
照亮戰士們在雲坡行軍的道路
火焰想念誰而紅著寒冷的夜晚
烘暖森林中戰士的心房

我愛妳如我愛祖國
辛苦、悲傷、無比的燦爛
我想妳在每一步我踏過的路
每晚我入睡，每餐我進食

在夜裡的星星從不熄滅
我們相愛，一輩子並肩作戰
森林中的火焰赤紅竄動
我們相愛，驕傲地做人

1945 年

36

阮光韶

NGUYỄN QUANG THIỀU

詩人阮光韶出生於 1957 年在越南河西省應和縣山功社黃陽村（廟村）。越南作家協會會員。曾獲國家文藝獎。

那些比喻

Những ví dụ

● ● ●

敬獻給我村裡那些烈士的妻子

時間一直安靜地流進巨大的古陶瓷瓶。我村那些喪偶的婦女像穿棕色衣服的蚱蜢消匿在草叢後面。從很遠的地平線捲回來幾陣斑駁的紅風。風的手指如瘋狂，如精疲力竭地攪亂了一堆堆草。我站在村子盡頭的道路，顫哭得像丟失媽媽的孩子。我怎能在那片寬廣的土地上，翻盡每一片草葉來找回那些喪偶的婦女⋯⋯

我村那些喪偶的婦女挑擔在肩上，在幾條如千年辛勞畸形脊椎的小徑上。她們夢遊經過了洪荒陣風升起如太陽旋入黑暗的最後一圈。她們夢遊在一陣夜晚發燒之後剛痊癒的黎明史前陣雨中，而我像精神病患正站著細數她們。我細數著每一個比喻。

我村那些喪偶的婦女——那些比喻——腳沒穿鞋不美。她們責備那條通往有月亮夜晚的道路。

她們的乳房疲倦歪頭和變得懶散，在每一對風吹過庭園氣喘交纏的夜晚中聽不到充滿煙草味和嗆鼻泥巴味男性呼叫的聲音了。只有當老鼠躲在棺木裡偷吃稻穀的聲音能讓這些婦女醒來。當棺木中傳來蛀蟲咬木頭的聲音也會讓她們擔心睡不著覺。

時間一直安靜地……安靜地大量流進巨大的古陶瓷瓶。我村那些喪偶的婦女像穿棕色衣服的蚱蜢消匿……消匿在草叢後面。我這像站著哭泣的精神病患。我因那些已經永遠離開的比喻而哭泣。

直到我沒什麼事物可數的時候。我村那些喪偶的婦女從草叢再次現蹤。她們走在崎嶇的月光沿著十月曬滿稻草的道路上。她們的秀髮濕潤著柚葉的香氣在月光下四處瀰漫。她們的乳房伸展往性別的火焰剛萌芽的某處。她們的腳步之後，夜間開門聲音之後是首歌曲。歌曲拉高音穿過那些失眠望月的精神病患頭頂。那些失眠望月的精神病患開門然後踏出去。她們也同唱那首歌曲，一直走，一直走，再一直走，走至從不存在那些比喻之處。

廟村，1992 年

友請

HỮU THỈNH

詩人友請本名為阮友請。出
生於 1942 年越南永福省三
陽縣維番社（現為三島縣）。
他目前是越南作家協會主
席、越南文藝聯合會主席。
曾獲過胡志明文藝獎。

潘切 [22] 有我哥

Bài ca ống cóng

● ● ●

你不留給自己哪怕只是一根草
山丘雖寬敞，你卻無一寸地
潘切的天與地有我哥
在此處你第一次看到海。

過防空洞口
再翻過山坡之後
海洋遼闊，防空洞顯得太狹窄
稍微翻身，沙就會掉落，白了雙肩。

防空洞中充斥著火藥味、汗味
你的心跳已無法控制
風中瀰漫著水氣
海洋像是鳴笛待發的一艘船。

星群想辦法越晚越亮
兵士們開路去找水
在一片片臘月森林中穿梭
在那摸索人群中有我哥。

---

22. 譯者註：潘切 (Phan Thiết) 是越南平順省的經濟、政治、文化中心。此地的美奈沙丘
　　是最有名的旅遊景點。

海洋奔向且簇擁著大家
因為愛海使他們變得鬆懈
我哥在一次炸彈轟炸之後與世永別
他臉僅僅離水面幾公寸！

你在此而我一直去尋找
我希望有衝力翻過山坡
Tân Cảnh[23]
Sa Thầy[24]
Đắc Pét[25]
Đắc Tô[26]

我經過你經歷的發燒
我遇到你遇過的雨林
仍想不到有一個潘切的中午
我一人站在車後哭泣。

森林還在，戰場還在
再幾步就到國道一號了
再幾步
但是
不能改變什麼。

---

23. 譯者註：地名。
24. 譯者註：地名。
25. 譯者註：地名。
26. 譯者註：地名。

當你離開時，深邃的海是什麼顏色
你不知道那片森林叫什麼名字
但我知道，你還天天站在那裡
你還不知道警報已經取消
還不知道家中消息，認不出我這弟弟
弟弟我沒躺在義莊。

你與山丘同住 你和草地同綠
此地的草成為我們家的香火
此地的山丘也是我們母親的子女
家裡的生計都壓在我肩上。
潘切車的喇叭聲在夜晚
城市的燈光 照亮了釣客
你不睡，釣客也不睡
海每天晚上跟你們倆聊天。
就是這樣潘切天天有我哥。

1981 年

黃中聰
HOÀNG TRUNG THÔNG

詩人黃中聰 (1925-1993)。
籍貫越南義安省。越南作家
協會會員。曾獲國家文藝
獎。

在忠烈祠

Trong nghĩa trang liệt sĩ

● ● ●

我站在此地，故鄉的風徐徐吹著
望著草叢翠綠的烈士墳墓
不知說些什麼呢？
太陽熾熱的夏天下午
稻穀幾回綠
花朵幾回黃
我站在深邃的時間海之中
風為安靜的成行墓碑送上香氣
樹葉輕巧的掉落聲
同志們啊每一片葉子像每一滴血
一直提醒戰鬥的道路
已經用萬人的犧牲鋪成
我的祖國從海洋到森林
到處都是白曈曈的忠烈祠。

我低下頭讀墓誌上的每個名字
低下頭讀每個戰功
聽渠道中灌溉水的淅瀝聲
聽隨著節拍拼音的小孩聲音
聽誰家牛隻啃草的腳步聲
聽耕耘機聲、聽情歌聲
昨天，還充滿砲彈轟炸的戰場
現在生活是多快樂美滿
我想要喚醒同志們
跟我一起看看今天的祖國

忠烈祠，風吹著樹葉
在安靜的成行墓碑之間
深黃色的花朵
伴隨著熾熱的夏天下午。

竹聰

TRÚC THÔNG

詩人竹聰本名為陶孟聰。出生於 1940 年。住在越南河內市。越南作家協會會員。曾獲國家文藝獎。

河邊風仍吹

Bờ sông vẫn gió

● ● ●

我們姊弟敬獻母親芳魂

玉米葉在河邊搖曳
河邊風仍吹
　　但沒看到人回來
請母親回故鄉吧
最後一次……只要最後一次
回來再次疼愛那河邊流水
回來再次感傷那逝去的青春年華
最後一滴眼淚請留著
母親的墳墓上牽掛爸爸的形影
老檳榔樹與屋簷前的竹屏風 27
再聽一遍遠處河邊的風吹

我期許縮短漫漫長路
只要一次……然後母親您再慢慢離去……

---

27. 譯者註：竹屏風 giại (cái giại) 是越南北部農村用竹子編製，放在屋簷前的屏風。

白鳥

CHIM TRẮNG

詩人白鳥 (1938-2011)。本名為胡文巴。籍貫越南檳椥省。越南作家協會會員。曾獲國家文藝獎。

寒冷的午後

Chiều lạnh

● ● ●

臘月，踩過舊的腳印
嫩草蓋住了過往的路徑
山丘下腐爛的屍骨，風嘯
在我腳下的血跡還很鮮紅！

這樣就過完了那段光陰
嫩草綠，綠到讓人寒慄
那些血肉，已模糊無色
寒冷的午後 ，遙迢之路，寒冷的午後啊！

41

王仲

VƯƠNG TRỌNG

詩人王仲，本名為王廷仲。
出生於 1943 年越南義安省
都梁縣。越南作家協會會
員。曾獲國家文藝獎。

在夢中哭

Khóc giữa chiêm bao

● ● ●

思念媽媽

曾經有次我在夢中哭泣
當出現媽媽在艱苦那一年的形影
水災之後的田野，崩潰的河堤
媽媽黃昏時刻邐邐地挑擔。

我兄弟整天挨餓
黃昏中在門檻瑟縮坐著
沒有東西可煮為何生火
玉米或地瓜都得等媽媽回來……

夢醒了眼淚流淌
我一個人在靜夜中大喊媽媽
儘管知道我的話不可能迴盪
到媽媽在故鄉山腰的方形墳墓。

我在人生中四處流浪遊蕩
哪裡都住，但哪裡都不能成為故鄉
而媽媽的故鄉卻遠到不行
從媽媽離開之後我極少回去。

他鄉的日子我找回些什麼
在真實人生中永不可再現
期望在夢中媽媽的形影再次出現
即使我再次在夢中痛哭！

1988 年

制蘭園

CHẾ LAN VIÊN

詩人制蘭園本名為潘玉歡。
出生於 1920 年 10 月 20 日
越南義安省。籍貫越南廣治
省甘露縣甘安社。往生於胡
志明市 1989 年 06 月 19 日。
越南作家協會會員。曾獲胡
志明文藝獎

辭世詩歌
Từ thế thi ca

● ● ●

I.
我不能永遠留下來賞花
火葬之後，我將回到那鋪滿著花的天空
只可惜那裡沒有愛情！

II.
我變成瓶中一撮骨灰
妳不要哭
庭院外花草仍綠

III.
即使地球上沒了我
我仍還有整個地球
送給自己

IV.
詛咒我的那些人將會難過
沒有我能讓他們再殺害
刀子已準備好，他們不容易罷休

V.
愛我的親朋好友將會見到我
在草裡
在霜霧
在石中
無所不在

我永遠存在
不是以我的肉體
而如塵灰
如枯草春風吹又生。

朋越

BẰNG VIỆT

詩人朋越本名為阮越朋,出
生於 1941 年 6 月 15 日。籍
貫越南河內市石室縣僮山
社。越南作家協會會員。曾
獲國家文藝獎。

那些臉孔那些天空

Những gương mặt những khoảng trời

● ● ●

熟悉的戰場，一下子又要離開了
風伴隨我順著那些天空吹
那些極年輕的戰士相約後會有期
那些臉孔平凡如真理
每一個臉孔生來是為了迎接一個天空！

儘管在何處也與人生相欠
那些前哨站的士兵在土裡炊飯
那些雲橋族 [28] 的孩子，眼睛明亮如歌唱
習慣看穿百場昏暗迷濛的火
一轉眼在平安的天空下睜大眼睛！

想念長山 [29] 的母親，在深邃的夜晚森林
煮碗美人蕉湯，讓給孩子充飢
想念承天 [30] 的妹妹，犧牲了無法說話
永遠留給我 一個湛藍的天空
我為妹妹闔眼，雙眼依然明亮！

---

28. 譯者註：雲橋 (Vân Kiều) 是越南少數民族的其中一族，主要居住於越南中部廣平與承天 - 順化省。
29. 譯者註：長山 (Trường Sơn) 即「長山山脈」，是中南半島的主要山脈，為越南中部與寮國的分界山嶺，長約 1,100 公里。
30. 譯者註：承天 (Thừa Thiên) 即越南中部承天 - 順化省。

在痛苦前沉默，在歡樂前哭泣
我記得攻打廣治 [31] 據點的那天晚上啊
我方一萬台大砲奇異地飛向天空
繽紛燦爛如火海，向敵人的臉撲下，
起身衝鋒的時刻，眼眶不禁泛紅。

一生都活在感動之中，戰場祖國呀！
每一個我熟悉的臉孔，一次見過，一輩子疼愛……
多少天真無邪的孩子，多少經歷滄桑的老母
那些戰士穿越全國的戰壕
每個平凡的臉孔，經過千次生死之後
照耀我自己，和那片蒼穹！

1970 年

---

31. 譯者註：廣治 (Quảng Trị) 即越南中部廣治省。

黎英春
LÊ ANH XUÂN - CA LÊ HIẾN

詩人黎英春，剛出生時也被命名為「哥黎憲」，出生於 1940 年 6 月 5 日越南檳椥省周城縣。他是犧牲於 1968 年在南部戰場的烈士。被追封為武裝力量英雄。越南作家協會會員。曾獲國家文藝獎。

回到祖父母的故鄉

Trở về quê nội

● ● ●

碧綠椰樹形影的故鄉啊！
想不到今天我活著回來
我故鄉一切都還在
雖然親人已經淌血在這塊土地上
我再看見自己多麼疼愛的那些面容
我們互看、欣賞及陶醉
我們顫抖緊握彼此的手
思念聚塞使我的手熾熱。

這就是昔日的道路
我自己常於夢中神遊的地方
誰家午間吊床嘎吱的聲音
很疼愛、很思念的唔唔語聲
那些白色的、紅色的仙丹花啊！
如妳心地天真、有始有終
如妳心地多麼美麗純粹
我們兒時曾洗澡的小河
溪水仍不改變其路線
河邊滿佈了紫色的布袋蓮。

媽媽白髮蒼蒼駝著背
惆悵地說故事給我聽
八個小朋友在放學回家的路上
因猛烈的燃燒彈罹難。
敵人在一個村莊中殺了十個人
村民將屍體堆滿了一艘船

載到檳椥[32] 跟敵人抗爭
我們村落幾次遭到轟炸
椰樹倒成狼藉、竹林凋敝，
媽媽臨時蓋一個遮風避雨的小棚子。
我沒有想到媽媽的小棚子
在那層泥土中火苗仍在
媽媽日夜勤勞
在秘密的防空洞下養我們同志
媽媽一生勇敢犧牲。

二十年保護土地、保護村莊
妳是越南南部的媽媽啊
我沒想到我妹妹
在那臨時小棚下妳已經長大

---

32. 譯者註：檳椥 (Bến Tre) 即越南南部檳椥省，此地以種植椰子聞名。

妳很漂亮如生氣蓬勃的春天
肩膀上的槍枝也像妳一樣漂亮
妳啊！為何妳頭髮如此的香
還是妳剛經過榴槤的果園
我喜愛妳清脆的笑聲
甜蜜得像那椰子汁。

我深愛妳走過搖曳竹橋的姿態
溫柔如天上仙女
妳是游擊隊員、妳是傳令兵
妳是代表我們的故鄉
十一年了，我思，我念。

第一天晚上我在故鄉中入睡
心中感覺多麼溫暖
儘管外面正滂沱大雨
咆嘯的大砲聲震動了葉牆
哇！我們故鄉太美了
即使馬路上還有很多彈坑
即使妳衣服還有補丁
只有忠誠、有始有終的心
跟手中的槍枝燃燒著憤怒。

1965 年 9 月

劉光武
LƯU QUANG VŨ

詩人劉光武 (1948-1988)。
籍貫越南廣南省。越南作家
協會會員。曾獲胡志明文藝
獎。

城市花園

Vườn trong phố

● ● ●

城市中有一個涼快的花園
在人海當中有我的妳
炎熱午後蜂群出發尋蜜
進園後蜜蜂迷失了方向。

妳這花園是春風常駐的地方
紫花、鳥鳴、稀疏欖仁樹、太陽下的葉子
蜘蛛來回張羅白絲
果實豐碩、活力蓬勃。

早晨纖草濕漉、霜露落下之處
一粒霜朦朧在頰上
何種冷空氣冰冷了手掌？
一輩子也不知緣由……

夜晚火車汽笛回聲之處
突然想起那些遠處的故鄉土地
我們約定高歌軍樂之處
我們遺忘花束的花園一隅……

樹冠窸窣搖擺於陣雨之處
果實成熟、甜美當蟬季來臨
那些紅色、紫色的地平線
那些銀色星群閃耀整個黃昏。

蕉葉如船帆
往返於幸福中的希望帆船
輕輕喔，否則船帆會飛走
經由嘴唇的濕潤、溫柔。

半劈的西瓜香盈整天
妳也如夏天的果樹般清爽怡人
古銅般的膚色和含蓄的笑容
妳像雨後探頭的七色彩虹。

如今我因參戰而遠去
再次看從前的花園覺得狹窄
許多話我還未能說出口
一心只牽掛我的妳。

我曾跨越密林峻嶺
追隨兒時的火車汽笛聲
花園留不住回來的腳步
但枝葉仍為我在行軍路途中蔽蔭。

妳這花園仍是滿園翠綠
心中愛巢開始萌芽之處
我們摘取那些第一串詩之處
秋至白雲仍會歸來之處。

1967 年

Taiwanese

Eng Giȯk

ANH NGỌC

Eng Giȯk pún-miâ Ńg Tek-
giȯk, 1943 nî tī Gī-an séng
ê Gī-liȯk chhut-sì. Oȧt-lâm
Chok-ka Hiȧp-hōe hōe-oân.
Bat tit tiȯh Oȧt-lâm Kok-ka
Bûn-gē Siú^n.

KENG-KAH-THÂU Ê KANG-SAN
SÔNG NÚI TRÊN VAI
(tñg-phi^n koa-si)

Kèng sàng hō Tiong-pō lâm-pêng H50 ê lú-chiàn-sū

*

Chhin-chhiū^n kiô hā^n kòe khoah-bóng-bóng ê hô-liû
In hā^n-kòe chiàn-cheng phái^n-chhèng-chhèng ê chúi-chhiâng
Lâu-lòh chiong-lâi ka-kī ê hêng-iá^n
Bīn-bô-á ìn tī sòe-goàt ê chhong-song
Lèk-sú tī pèh-sek ê chóa téng-bīn
Kì-liòk in chhia^n-iā^n koh úi-tāi ê sin-khu

*

In khí-kiâ^n
Lâm-pêng ê 1 ê e-po chhiū-hiòh-á tàuh-tàuh-á lak--lòh-lâi
Chhin-chhiū^n po-lê kāng-khoán tī kha-té chhùi--khì
Kòe tàu ê hong phah-khui chhiū-nâ ê mñg
Thâu 1 ê bīn-iông í-keng chhut-hiān
Tī liân-hiòh ê bō-á-kî^n ē
Tñg-tiòh hong kap thi^n-téng ê jit-thâu
Tōa lúi ê bàk-chiu-khut-á chhim-lòng ná-chhiū^n sī ta-sò ê ché^n
Lúi-chek kúi-á-chheng mê bô-bîn ê tñg-lō

Chiàn-tàu kin ê áu-hûn jiâu tī keng-kah-thâu

Láng-á hûn-jiah chhim koh âng

Sán-thiu ê 2 pêng keng-kah

Thè^n kui chheng kin

...

In koh khí-kiâ^n

Chhin-chhiū^n hit khoán ê e-po͘ sî

Kap góa kâng sè-tāi ê lâng

Tī chhùi-kô͘-kô͘ ê jit-thâu-kng ē-kha

Thi^n-pi^n chhin-chhiū^n hóe-sio-po͘ hiah iām

Liû-lōng chhōe phōa^n ê chiáu-á

Àm-mî hap-bān ê hoe-lúi

Thi^n chheng-chheng koh tiām-chēng

Gîn-sek ê hûn kāu kah ná chhiū^n chím-thâu

In kha-po͘ ná kiâ^n ná kín

Hiah-thâu khap-tioh o͘-àm

Kha-chiah-phia^n ǹg jit-thâu

Té-tī^n hòe-mih ê láng-á chhiū^n soa^n kāng-khoán teh tī

siang-pêng ê keng-kah

Té-tī^n hòe-mih ê láng-á m̄-bat lī-khui in chit-tak-kú

Ná chhiū^n chū in chhut-sì

In ê miā-ūn tō kap láng-á tî^n-tiâu-tiâu

Cha-bó͘-gín-á sin koân 1 bí 55

DK phàu-tôa^n chhiau-kòe thâu-khak pòa^n bí koân

Sèⁿ-miā kap sí-bông tī keng-kah-thâu sio-siám
Chhin-chhiūⁿ Lú-o thẻh chiỏh pố thiⁿ
Kap góa kâng sè-tāi ê lâng
Kā kang-san taⁿ tī sán-thiu ê keng-kah-thâu
In ê kòng-hiàn pí in ê hêng-iáⁿ khah koân

SIANG KENG Ê KOA
BÀI CA VỀ NHỮNG ĐÔI VAI

Chài hòe tò-tńg--lâi
Keng-kah lóng iām-hóe
Láng-á chiah khǹg--lỏh
Liâm-mi tō koh kiâ^n

Hong hō˙ tiā^n-chēng à
Phôe-bah piàn thih-chiỏh
Kin-á siu^n siàu-liân
Keng-kah m̄ jīn lāu

Chiàn-cheng kòe-khì à
Keng-kah iáu sio-lō
Siū^n khí siàu-lú sî
Thâu-chang phoảh keng-kah

20 tang hêng-kun
Chit sì-lâng kan-khó˙
Chhiū^n kó˙-jîn pó˙-thi^n
Kui sin lóng sī khî

Kā lí lám-tiâu-tiâu
Láng-á choân-choân chhì
Thià^n-sioh keng-kah-thâu
Āi^n ài-chêng kòe-kiô

Tńg-lâi lí sin-pi^n
Kòe bān-têng chiàn-hóe
Kám-chêng hiah kî-biāu
Lán sio óa sio kēng

...

Tiong-pō˘ lâm-pêng, 1975/3/4

Hô-lāi, 1977/3

Siu-kái: 1993

Giỏk Pài

NGỌC BÁI

Giỏk Pài tī 1943 nî tī An-pài séng Tìn-an koān chhut-sì. Oȧt-lâm Chok-ka Hiȧp-hōe hōe-oân. Bat tit tiỏh Oȧt-lâm Kok-ka Bûn-gē Siú^n.

CHIÀN-SŪ Ê BŌNG
MỘ NGƯỜI CHIẾN SĨ

30 tang lâi lí tó-tī kó·-nó· ê chhiū-nâ lāi-té
30 tang lâi chhiū-hiòh sap-sap-á iā tī lí ê bōng--lìn
Bô bōng-pâi, bô miâ sè^n
Kan-ta^n, m̄-kam lí ê chhoan-bîn kā lí liam-hiu^n

Ték-jîn tī siông-ngô· chhiū-kha kā lí thâi--sí
Lí kap siông-ngô· chò-hóe tiòh-chhèng
Lí âng-kì-kì ê hoèh siàp-jip-khì thô·--lìn
Hiàn-chhut lí ê sè^n-miā kò· lán chhùi-chhi^n ê chhân-hn̂g

Lâng bô miâ, hoe-chháu mā bô miâ
Chit chhok thô· iā tī chiòh-thâu téng-bīn
Chhiū-hiòh-á o· kah bē-su bô-bîn ê bák-kho·
Chhin-chhiū^n su-liām ê bák-chiu it-tit nih

Kap lí kāng sî-tāi ê chiàn-sū í-keng lāu-khok-khok
Keng-kòe bú-sò· ê chiàn-iàh thâu-mô· lóng pèh chhang-chhang
Chiàn-sū in khiā-thêng-thêng chhin-chhiū^n tú thi^n ê chhiū-châng
Lí iû-goân chhùi-chhi^n, ná sin hoat-í^n

Tī lí bōng-thâu tiám 1 ki hiu^n
Hong sūn kó͘-nó͘ ê chhiū-nâ tȧuh-tȧuh-á poe
Hong sūn su-liām ê jîn-seng bî-bî-á chhoe
Tī chit-tè góa thià^n-sioh ê tó͘-tōe

1982/4

Chhiu Phùn

THU BỒN

Chhiu Phùn pún-miâ sī Hô Tek-tiong, 1935/12/1 tī Kńg-lâm séng chhut-sì, 2003/6/17 kòe-sin. Oát-lâm Chok-ka Hiáp-hōe hōe-oân. Bat tit tióh Ô͘ Chì-bêng Bûn-gē Siúⁿ.

KENG-KÒE A-BÚ Ê KÒ-HIONG
QUA QUÊ MẸ

Chit tiâu khe tò-pêng ê hōaⁿ teh chhau-hoân chiàⁿ-pêng ê hōaⁿ
Góa khiā-tī chit tah, sî-kan tit-chiap phảk tī bīn-bah
Keng-kòe a-bú ê kò-hiong soah bô-hoat-tō͘ sūn-sòa khì khòaⁿ i
Khe-chúi oan-oan khiau-khiau, hiông-hiông piàn-sêng Hân-kang¹

Pẻh-sek ê hái-chiáu poe sẻh kúi-á pah lìn
Nn̄g ki sit-kó͘ kiông-jūn chhin-chhiūⁿ góa ê jîn-seng
Àm-mê hiông-hiông kàng-lîm, chàu-kha teh tāng tiáⁿ-chàu
Tảk liảp chhiⁿ lóng chiú tī hn̄g-hn̄g ê ú-tiū

Chiah ẻh ê só͘-chāi lí kám bat lâi--kòe
Chhin-chhiūⁿ chiàn-tiûⁿ ê kha-lō͘
Góa kiò-sī éng-oán bē hông bán--lỏh-lâi
Chhin-chhiūⁿ lí ê chhùi-tûn hit khoán chāi-châng-n̂g ê phang-tiⁿ

Keng-kòe pêⁿ-iûⁿ thiaⁿ tiỏh chhin-chhiat ê koa-siaⁿ
Sẻk-sāi kah éng-oán bē chheⁿ-hūn
Sẻk-sāi kah múi 1 pái lỏh-hō͘ lóng ak tâm--khì
Jit-thâu kám kā lí ê thâu-mo͘ phảk ta à?

___

1. Ẻk-chiá chù-kái: Oảt-lâm tiong-pō͘ Đà Nẵng ê 1 tiâu khe-á ê miâ.

Góa ê kò͘-hiong hái pí chúi khah chē
Hái-éng chhèng chiūⁿ thiⁿ-téng, siap-lóh-khì chhim-chhim ê
thô͘-té
Hái-hong thàu--lâi, siàn--tióh góa iau-ki ê ǹg-bāng
Thian-chin sûn-kiat ê goân-thâu, lí ê bák-chiu tī tó-ūi?

Hái-chúi teh khó-lâu
Chit tiâu khe chit sì-lâng mā jiok bē-tióh
Hia-ê chúi-chhiâng tùi thiⁿ hán-hoah
Chheng-nî ê hûn-lúi kāng-khoán tī thiⁿ-téng

Chiáu-á chiuh-chiuh kiò, hong mā leh ngiâ-chiap
Góa heng-khám khang-khang chhin-chhiūⁿ bô mn̂g ê chhù
Sim-koaⁿ sio kah bē-su iām-joáh ê hóe-thòaⁿ
Chhèng koân, kā kui ê thiⁿ sio kah iûⁿ-kô͘-kô͘

Tī lí ê hn̂g-á, goéh-niû kāng-khoán hiah îⁿ
Lí ê bīn-iông lóng sī goéh îⁿ
Lí mài koài góa sī hong
Éng-oán tòe lí ê hêng-chong

04

Hui Kīn

HUY CẬN

Hui Kīn, 1919 nî 5 goe̍h 31 tī Hô-chēng séng Hiong-san koān Un-ho̍k chhoan chhut-sì, 2005 ni 2 goe̍h 19 kòe-sin. Oa̍t-lâm Chok-ka Hia̍p-hōe hōe-oân. Bat tit tio̍h Ô Chì-bêng Bûn-gē Siúⁿ.

KHE-CHÚI TŃG CHHOAH-LÂU
TRÀNG GIANG

Khe-chúi tŃg chhoah-lâu, sim cho-cho
Chûn-chiah póe khui chúi-éng hiòng chiân kiâ^n
Chûn khò-hōa^n, sim-thâu iáu sng-sng
Chhiū^n ch̍t ki hoan-á-hóe, ko·-ko· toa^n-toa^n phû chúi-bīn

Léng-léng chheng-chheng ê hong chhoe kòe soa-po·
Hŋg-hŋg thoân lâi chng-thâu hông-hun chhī-tiû^n ê koai^n-mŋg
sia^n
Hông-hun ê kò·-hiong hām khiā thêng-thêng ê thi^n
Khe-chúi tŃg chhoah-lâu, bû-hān ê tē-pêng-sòa^n, ko·-toa^n ê pò·-
hōa^n

Hia-ê chúi-phiô beh phû khì tó-ūi?
Chhoah-lâu ê khe-chúi, hām ch̍t chiah tō·-chûn mā bô
Liân-hē lán kám-chêng ê chûn mā bô
Kan-ta^n ū chhùi-chhi^n ê chháu-po· hām thô·-soa-po·

Têng-têng thảh-thảh ê hûn kauh chò gîn-soa^n
Ko·-toa^n ê chiáu-chiah pôe hông-hun kàng-lîm
Chhoah-lâu ê khe-chúi sī kò·-hiong ê sim-thiàu
Bô chàu-kha hóe-hun ê hông-hun mā ē su-liām kò·-hiong

05

Nông Kok-chìn

NÔNG QUỐC CHẤN

Nông Kok-chìn (1923-2002), pún-miâ sī Nông Bûn-khêng. I sī Pak-khiân séng Gîn-san koān ê lâng. Oát-lâm Chok-ka Hiàp-hōe hōe-oân. Bat tit tiòh Ô͘ chì-bêng Bûn-gē Siú^n.

SU-LIĀM
NHỚ

...Teng su-liām siáng
Teng bē hoa...
(koa-iâu)

Khe su-liām siáng
Lâu lâi koh lâu khì
Bô mê koh bô jit
Tiām-tiām bē oàn-thàn

Chiáu-chiah su-liām siáng
Poe lâi koh poe khì
Âng-hâ kap jit-kng
M̄-kiaⁿ lō͘-tô͘ hñg

Koe-lȯh su-liām siáng
Hō͘ lâm koh jit phȧk
Pôe lí kiâⁿ hñg lō͘
Bē ko͘-hū kià-thok

Thâu-kin su-liām siáng
Sim-thâu loān-hun-hun

Si-sòaⁿ bē thè-sek
Phoȧh tī thâu-chang téng

Gû-lê su-liām siáng
Chá-àm teh lê-chhân
Chúi-gû keng-kah-thâu
Kî-thāi lâi hong-siu

Khôe-sìⁿ su-liām siáng
Chhiūⁿ iȧh-á leh poe
Hong bî-bî-á chhoe
Sim-chêng hó bē thòe

Teng-hóe su-liām siáng
Kui-mê lóng m̄-khùn
Bȧk-chiu kim-kim siòng
Hong-tiong chȧt pha hóe
Siáng teh siūⁿ tō siūⁿ
Siáng beh khì tō khì
Chiàn-tiûⁿ ê chhèng-siaⁿ
Sèng-lī hôe kò͘-hiong!

Lîm Sì Bí Iā

LÂM THỊ MỸ DẠ

Lîm Sì Bí Iā,1947/9/18 tī Kóng-pêng séng Lē-chúi koān chhut-sì. I ê lāu-pē sī Oạt-lâm ê Hôa-jîn, lāu-bó sī Sūn-hòa-lâng. Oạt-lâm Chok-ka Hiạp-hōe hōe-oân. Bat tiọh-tiọh Kok-ka Bûn-gē Siú^n.

THIⁿ, CHÀ-TÔAⁿ-KHANG
KHOẢNG TRỜI, HỐ BOM

Thiaⁿ tiȯh kò·-sū: lí, khui lō· ê siàu-lú
Hit ê àm-mî, ūi-tiȯh pī-bián lō· hāi--khì
Thang hō· chhia-tūi kóaⁿ chiūⁿ chiàn-tiûⁿ
Lí iōng tùi chó·-kok ê ài kā hóe-pȧh tiám hō· tȯh
Iōng sin-khu té-khòng kui liȧp chà-tôaⁿ ê pȯk-chà

Goán tan-ūi hêng-kun kiâⁿ kòe sió-lō·
Tú-tiȯh hit ê khang kóng tiȯh siàu-lú ê kò·-sū
Chit ê bōng, chhiah-iāⁿ ê jit-thâu-kng iā tī bōng-thâu
Tùi lí ê kèng-gióng chhiūⁿ jit-thâu...

Góa liȧh hit ê thâi-lâng ê khang kim-kim siòng
Hō·-chúi í-keng lúi-chek chò sió-sió ê thiⁿ
Lán ê chó·-kok chiah chû-siông
Ū hō·-chúi an-tah thiàⁿ-thàng ê hûn-jiah

Lí tó tī thô· lìn
Tī thiⁿ-chhiⁿ pôe-phōaⁿ hā an-hioh
Thiⁿ-chhiⁿ sī lí ê lêng-hûn
Tȧk kang sih--leh sih--leh

Kám-sī lí iù-mī-mī chheng-pe̍h ê bah-thé
Í-keng piàn-sêng pe̍h-phau-phau ê hûn-lúi?
Hó-thiⁿ ê sî, kui ê thiⁿ-téng kng-iāⁿ-iāⁿ
Keng-kòe lí ê thiⁿ
Ji̍t-thâu chin hiau-pai
Sī ji̍t-thâu ia̍h-sī lí ê sim
Kā góa chhiō lō͘
Hō͘ góa kè-sio̍k kiâⁿ tiàu-oán ê lō͘?

Lí ê miâ hông lâu lo̍h-lâi chò lō͘-miâ
Lí ê sí í-keng chiâⁿ-chò thiⁿ-téng ê pe̍h-hûn
Góa khòaⁿ tio̍h góa ka-tī tī lí ê seng-oa̍h lìn

Lí ê bīn-iông, goán pêng-iú lóng bô se̍k-sāi
Só͘-pái ta̍k-lâng lóng ū sióng-siōng ê lí

Tn̂g-soaⁿ, 1972/10

Chhun Biāu

XUÂN DIỆU

Chhun Biāu, pún-miâ Ngô͘
Chhun-biāu, 1916/2/2 tī
Pêng-tēng séng Sui-hok koān
chhut-sì. Goân-chék sī Hô-
chēng séng Kan-lo̍k koān. I
tī 1985/12/18 kòe-sin. Oa̍t-
lâm Chok-ka Hia̍p-hōe hōe-
oân. Bat tio̍h-tio̍h Ô͘-chì-bêng
Bûn-gē Siúⁿ.

GOẺH-KHÎM
NGUYỆT CẦM

Goẻh-kng chhiō tī léng-léng ê goẻh-khîm
Goẻh thiàⁿ-sioh, goẻh su-liām, goẻh sûn-kiat
Khîm ut-chut, khîm tiām-chēng, khîm bān tôaⁿ
Khîm-siaⁿ ká-ná bảk-sái liàn bē-lī

Thiⁿ chheng-chheng, hûn póh-póh, àm-iā chhiūⁿ po-lê
Iau-kiau ê hêng-iáⁿ io-lâi-iô-khì
Koa-siaⁿ sò ai-pi
Niû-kiáⁿ tī goẻh-îⁿ àm-mî thiàu káng chū-sat

Chhiu-thiⁿ ê goẻh koh khah îⁿ
Khîm-siaⁿ ná peng-chúi, án-niâ-ôe!
Goẻh-khîm siaⁿ-siaⁿ sò ai-pi
Goẻh-kng chhiō chúi-bīn, gảk-khek hō͘ lâng bảk-sái póe bē-lī

Sì tōaⁿ gảk-khek: chhiūⁿ chúi-chiⁿ hái
Góa ê lêng-hûn chhiūⁿ chit chō͘ pha-hng ê ko͘ tó
Thian kàng tàng sng, chhim-iā kìm-khùi
Thiaⁿ tiỏh im-gảk, iu-chhiû kàu khoe-chhiⁿ

08

Hoān Chìn-út

PHẠM TIẾN DUẬT

Hoān Chìn-út 1941/1/14 chhut-sì, 2007/12/4 kòe-sin. I goân-chek sī Hok-siū séng. Oat-lâm Chok-ka Hiap-hōe hōe-oân. Bat tit kòe Ǒ Chì-bêng Bûn-gē Siún.

TĪ TŃG-SOAⁿ Ê NŃG-PÊNG
TRƯỜNG SƠN ĐÔNG TRƯỜNG SƠN TÂY

Kāng-khoán tī Tńg-soaⁿ chhiū-nâ kòa tiàu-chhñg
M̄-koh nńg-lâng tī tiàu-oán ê nńg thâu
Chiūⁿ chiàn-tiūⁿ ê lō͘, chit chūn tng súi
Tang-pêng Tńg-soaⁿ siàu-liām sai-pêng ê Tńg-soaⁿ

Tńg-tńg ê soaⁿ-mẻh, nńg khoán hûn-sek
Chit pêng lỏh-hō͘, hit pêng chhut-jit
Chhiūⁿ góa hām lí, chit lâm chit pak
Chhiūⁿ chhiū-nâ ê tang-pêng hām sai-pêng

Góa tī Tńg-soaⁿ ê sai-pêng kiâⁿ, sim-būn lí
Lí hia kāu hō͘-chúi, sī kng bí ê sió-lō͘
Chhiū-nâ báng kāu, ài ē-kì-tit chhēng tńg-ńg
Chhài bô à, beh tek-sún bô?

Góa thiàⁿ-sioh lí chiú tī kôaⁿ--lâng ê sai-pêng
Khe-chúi ta-ta, iảh-á tī chiỏh-thâu téng poe
Lí chai-iáⁿ góa sahⁿ tiỏh chit ê chheⁿ-hûn ê só͘-chāi
Mā hoân-ló góa beh án-chóaⁿ tòng tẻk-jîn ê chà-tôaⁿ

Góa chiūⁿ-chhia, hō͘ chin tōa-chūn
Hō͘-sut-á kā su-liām póe-tiāu
Lí lȯh-soaⁿ, jit-thâu chhiah-iāⁿ-iāⁿ
Chhiū-ki póe-khui sim-būn

Tang-pêng kàu sai-pêng m̄-sī sàng phoe ê lō͘
Sī leh poaⁿ-ūn chhèng-iȯh hām niû-sit
Tang-pêng ê Tn̂g-soaⁿ, hoah "chún-pī" ê chheⁿ-saⁿ siáu-lú
Sai-pêng ê Tn̂g-soaⁿ, chhēng chheⁿ-sek kun-hȯk ê pō͘-tūi

Ùi lí hia kàu góa chia
Goán kun-thoân, sio-sòa chiūⁿ chiàn-tiûⁿ
Chhiūⁿ ài-chêng tiⁿ-bȯt ê ōe kóng bē soah
Tang-pêng Tn̂g-soaⁿ chiap sai-pêng

Kng Ióng

QUANG DŨNG

Kng Ióng pún-miâ Pôe Têng-
iám, 1921 nî tī Tan Hōng
koān (chit-má Hô-lāi) ê
Hōng Tî chhoan chhut-sì,
1988 nî kòe-sin. Oạt-lâm
Chok-ka Hiạp-hōe hōe-oân.
Bat tit kòe Kok-ka Bûn-gē
Siún.

SE CHÌN
TÂY TIẾN

Má khe[2] lú lâi lú hng, se chìn!
Su-liām san-lîm, bông-bông biáu-biáu
Khā bông, kun-thoân tī Sai Khao[3] chū-iân
Tī Muong Lat[4] ê bū-iā ū chūn-chūn ê hoe-phang

Chit chūn chiūⁿ kiā, chit chūn lóh kiā
Tī hûn-hái lìn, chhèng-ki tú tióh thiⁿ
Peh soaⁿ-kiā, lóh soaⁿ-niá
Hng-hng lóh-hō͘ ê Pha Luong[5] sī siáng in tau

Hoeh-chúi iáu teh chhap-chhap-tih, chiàn-iú bô châi-tiāu kiâⁿ
Hiông-hiông phak tī chhèng-ki kun-bō téng
Chò i khì, bô saⁿ-sî
Chúi-chhiâng tak-kang háu
Muong Hich[6] ê béng hó͘ tak-mê kā lâng hè-kiaⁿ

Se chìn, sio-hut-hut ê pn̄g! Siàu-liām!
Mûi Chiu[7] koān chut-bí-pn̄g phang-kòng-kòng ê kùi-chiat

---

2. Ėk-chiá chù-kái: 1 tiâu khe ê miâ, tī Oát-lâm hām Liâu kok ê pian-kài.
3. Ėk-chiá chù-kái: Chheng-hòa séng ê 1 ê chng-thâu.
4. Ėk-chiá chù-kái: Chheng-hòa séng ê 1 ê tē-miâ.
5. Ėk-chiá chù-kái: Chheng-hòa séng ê 1 ê soaⁿ miâ.
6. Ėk-chiá chù-kái: Oát-lâm Hô-pêng séng 1 ê só͘-chāi ê miâ.
7. Ėk-chiá chù-kái: Oát-lâm Hô-pêng sén ê koān.

Hóe-péh kā àm-hōe ê iân-hóe ín tóh
Lí tang-sî ōan chit-su lé-hók
Phín-á-sian pôe-phōan bīn-âng-âng ê lí
Gák-sian chhin-chhiūn teh chò-bāng ê Vieng Chan[8]

Bông-bū tiong khì Moc Chau ê lâng
Kám ū khoàin hōan-pin ê koan-bang
Kám ū hoâi-liām báng-kah téng-thâu ê hêng ián
Sūn khe-lâu ê hoe-lúi

Se chìn kun-thoân ták-ê lóng lak thâu-mo
Chhiūn chhiū-á hiah chhen, chhiūn hó hiah béng
Goán kā bāng-sióng āin kòe pian-kài
Ták àm kā Hô-lāi[9] lám leh khùn

Hñg-hñg sì-kè lóng sī bōng
Bô sioh chheng-chhun chiūn chiàn-tiûn
Chháu-chhióh chò siū-i, hôe-kui chū-jiân
Khe-chúi chhoah-lâu chhiùn tók-hêng-khek

Se chìn peng-á m̄-kán kóng chài-hōe
Hiám-ok ê lō͘-tô͘ chhin-chhiūn san-sî
Hit nî ê chhun-thin, siáng se chìn
Lêng-hûn lâu tī Sam Nua[10] than hiong-gōa-lí

Phù Lưu Chanh[11], 1948

8. Ék-chiá chù-kái: Liâu kok ê siú-to͘.
9. Ék-chiá chù-kái: Oát-lâm siú-to͘.
10. Ék-chiá chù-kái: Liâu-kok ê 1 ê siân-chhī.
11. Ék-chiá chù-kái: Oát-lâm Hô-lâm séng ê 1 ê chng-thâu.

10

Pôaⁿ Châi Thoân

BÀN TÀI ĐOÀN

Pôaⁿ Châi Thoân (1913-2007), pún-miâ Pôaⁿ Châi Soan. Goân-chèk Soan-kong séng soaⁿ-iông koān ê lâng. Oa̍t-lâm Chok-ka Hia̍p-hōe hōe-oân. Bat tit kòe Kok-ka Bûn-gē Siúⁿ.

Ở PEH-KONG Ê IÂM
MUỐI CỦA CỤ HỒ

Biâu-chok-lâng chá-chêng tāi tāi kiá^n-sun
Tī Dong Van soa^n-téng sàn-chhiah lau pak-tó
Giah-thâu khòa^n sī koân tú thi^n ê soa^n
À^n-thâu khòa^n sī chioh-thâu tú chioh-thâu
Kā chí iā tī chioh-thâu phāng
Kan-ta^n hoat-í^n soah m̄ khui-hoe
Gín-á háu beh chiah chham iâm-hoe ê pn̄g
A-bú thái ū iâm?
Lí m̄-thang háu, a-bú kā gín-á an-tah
Lín lāu-pē ē hiah^n chhâ khì chhī-tiû^n ōa^n iâm
Lí mài háu, thia^n a-bú ê ōe
A-pa nā ōa^n iâm tńg-lâi, kan-ta^n tī ùn iâm mā piàn san-tin hái-bī
Phah-khui si^n-si^n-soah$^{i^n}$-soah$^{i^n}$ ê mn̄g
Chin hoa^n-hí khòa^n tioh a-pa tńg-lâi
Gín-á mn̄g: kám ū iâm? Lāu-pē hài^n-thâu
Bô kàu chî^n, lâng m̄ bē
Nḡ-bāng soah piàn sit-bōng
Gín-á kui bīn bak-sái póe bē-lī
Lāu-pē liah gín-á khòa^n, m̄-chai beh án-chóa^n

Kàu kah bô ték-jîn ê hui-hêng-ki iāⁿ-iāⁿ poe ê jit-chí
Hoat-kok-peng ùi Hô-kang séng thiat-thè
Chit ê sio-loåh ê chái-khí
Jit-thâu-kng chhiō tī kui ê chng-thâu
Ū chit-ê chheⁿ-hūn-lâng lâi lán chia
Sin-khu chhēng thô͘-sek ê saⁿ
I kóng ê ōe, a-bú thiaⁿ bô
I pài-hóng sàn-chhiah ê ka-têng
A-bú mn̄g: lí ùi tó-ūi lâi?
Jip-lâi hōng tê lah
Chheⁿ-hūn-lâng chhiò-chhiò-á ìn
Goá sī Ô͘ peh-kong ê kàn-pō͘

Chū hit chūn khai-sí
Chhī-tiûⁿ ke chin-chē hòe
Ū-ê bē iâm, siòk-siòk-á bē
Ū-ê bē tåk khoán pò͘-liāu
Ô͘ peh-kong chah saⁿ lâi, tåk-ke chhēng
Ô͘ peh-kong chah iâm lâi, tåk-ke chiåh
Lí chhōa goán chò-hóe khui lō͘
Khui chit tiâu lâi Dong Van ê tōa-lō͘
Hō͘ khah chē chhia chài khah chē iâm
Lán Biâu-chòk-lâng tō m̄-kiaⁿ sàn-chhiah

Ńg Kho Tiām

NGUYỄN KHOA ĐIỀM

Ńg Kho Tiām, tī 1943/4/15 chhut-sì. Goân-chėk Sūn-hòa Chúi-an siā ê lâng. Oát-lâm Chok-ka Hiáp-hōe hōe-oân. Bat tit kòe Kok-ka Bûn-gē Siúⁿ.

HIA Ê KOA, LŌ͘ HĀM LÂNG
NHỮNG BÀI HÁT, CON ĐƯỜNG VÀ CON NGƯỜI

Hit kóa bô-lâng koh chhiùⁿ ê koa
Tī góa ê chhùi-tûn ká-ná bî-bî-á hong lóng sì-sòaⁿ à
Hông-hun, lō͘-piⁿ ê chháu lóng thâu-lê-lê
In-ūi thiàⁿ-sioh, koh tiám 1 pe̍h hóe
Hit kóa bô-lâng koh chhiùⁿ ê koa
Tī góa ê chhùi-tûn ká-ná bî-bî-á hong lóng sì-sòaⁿ à

Hit kóa bô lâng koh kiâⁿ ê sió-lō͘
Í-keng hòa chò góa ê hoeh-me̍h
Góa thiaⁿ tio̍h chiàn-iú ê kha-pō͘-siaⁿ
He chiàn-hóe lāi-té ê sió-lō͘
Hit kóa bô lâng koh tńg-khì ê sió-lō͘
Í-keng hòa chò góa ê hoeh-me̍h

Hit kóa bô lâng koh khoàiⁿ ê bīn-iông
Í-keng kā siōng-bóe ê tāng-tàⁿ khǹg tī góa ê keng-kah-thâu
Hit kóa ta-sán koh lōng-bān ê bīn-iông
Chhiūⁿ hit phiàn chhiū-nâ í-keng sio̍k lán ê
Hit kóa bô lâng koh khoàiⁿ ê bīn-iông
Tng teh hām góa hiáng-siū kui-ê chheng-chhun...

1984/7

Chè Heng

TẾ HANH

Chè Heng, 1921/6/20 chhut-sì, 2009/7/16 kòe-sin, goân-chėk Kóng-gí séng Pêng-san koān ê lâng. Oảt-lâm Chok-ka Hiảp-hōe hōe-oân. Bat tit kòe Ồ Chì-bêng Bûn-gē Siúⁿ

HONG-THAI
BÃO

Hit pái hong-thai mê
Chhiū-oe tñg liáu liáu
Khan lí ê chhiú
Chò-hóe kòe lōⁿ

Hong-thai chá tō lî-khui
Chhiū-châng mā hoe-hók chheⁿ-chhùi
M̄-koh lí soah oán lî

Góa sim-koaⁿ-lāi ê hong-thai bē pêng-chēng

1957

13

Tân Lêng-ô

TRẦN NINH HỒ

Tân Lêng-ô pún-miâ Tán Iú-hí, 1943 nî tī Pak-kang séng chhut-sì. Oảt-lâm Chok-ka Hiảp-hōe hōe-oân. Bat tit kòe Kok-ka Bûn-gē Siú^{n}.

SIÀU-LIĀM ANG-SÀI
VIẾNG CHỒNG

- Só--á...
Kan-nā ē-sái kóng kàu chia
Chhōa lō· ê peng-á hiông-hiông âu-tīⁿ
Ōe án-nóa tō kóng bē-chhut-chhùi:

- Lí ê hoe khǹg m̄-tiȯh pêng à
I ê bōng sī tò-pêng chit-ê
Só--á ùi kò·-hiong chah chit-sok hoe lâi niâ
Lēng-gōa hit-ê bōng goán ē chhú-lí!

- Góa liáu-kái ah
Tō hō· góa kā hoe khǹg tī chit-ê bōng-thâu
Kui-ê chhiū-nâ kan-taⁿ nñg ê bōng niâ
Góa seng-lé í-keng khoán hó à!

14

Si Hông

THI HOÀNG

Si Hông pún-miâ Ňg Bûn-pō,
1943/5/25 tī Hái-hông chhī
Éng-pó koān chhut-sì. Oạt-
lâm Chok-ka Hiạp-hōe hōe-
oân. Bat tit kòe Kok-ka Bûn-
gē Siú^{n}.

CHHIŪ-Á HĀM THIⁿ CHI-KAN
Ở GIỮA CÂY VÀ NỀN TRỜI

Ká-ná m̄-bat ū chit khoán ê e-po͘
Thiⁿ chheng-chheng, hûn póh-póh
Chhiū-á chhèng koân chhiūⁿ teh hām thiⁿ pí koân-kē
Chhiūⁿ bóe chò i puh sin íⁿ

Lán ê jit-chí ē lú lâi lú hó kòe
Tāi-chū-jiân hām lán tàu-tīn chin úi-tāi
Chhiū-hióh sáh-sáh-kiò chhin-chhiūⁿ a-bú ê ōe
Khoah-bóng-bóng ê thiⁿ chhin-chhiūⁿ lāu-pē

M̄-thang bē kì bīn-tùi tek-jîn ê sî-chhun
Mài kā jîn-seng tòng-chò hái lìn ê pho
Chheⁿ-lìn-lìn ê san-lîm kā lán thê-chhíⁿ
Oát-lâm chhùi-chhiⁿ ē ūi lán chûn-chāi

Khoah-bóng-bóng ê thiⁿ chiah nih nâ
Chhiū-á ūi-tióh seng-chûn tióh oan-khiau tióh hoat-íⁿ
Jit-thâu-kng chiah jiát-chêng
Tī chit ê ū jîn-jī ê e-po͘

Góa thiaⁿ ū lâng teh hoaⁿ-hiu ê siaⁿ...

Chèng Iú

CHÍNH HỮU

Chèng Iú pún-miâ Tân Têng Tit, 1926/12/15 tī Gī-an séng Êng chhī chhut-sì, 2007/11/27 kòe-sin. Goân-chék Hô-chēng séng Kan-lỏk koān. Oảt-lâm Chok-ka Hiảp-hōe hōe-oân. Bat tit kòe Ồ Chì-bêng Bûn-gē Siú^n.

TÔNG-CHÌ
ĐỒNG CHÍ

Lí ê kò·-hiong chúi kiâm thô· sng
Góa ê chng-thâu sàn-chhiah, thô· péng--khí-lâi lóng sī chhùi-chióh-á
Lí kap góa chheⁿ-hūn ê 2 ê lâng
M̄-chai tùi tó lâi, ū-iân tī chia se̍k-sāi
Chhèng tú chhèng, thâu óa thâu
Hân-iā kah kâng 1 niá mî-phōe, chiâⁿ-chò ti-kí
Tông-chì!

Chhân-hn̂g lí kià pêng-iú chèng-choh
Kù-chāi hong-hō· chau-that ê khang-chhù
Kò·-chéⁿ, chhêng-á, siàu-liām chò-peng ê lí
Lí góa chò-hóe keng-kòe kôaⁿ-thiⁿ
Hoat-sio kah phi̍h-phi̍h-chhoah
Hia̍h-thâu piàⁿ chhìn-kōaⁿ

Lí ê saⁿ tī keng-kah-thâu phòa-lang-lang
Góa ê khò· mā pó· kah lóng khang
Tō sǹg ka-léng-sún, mā tio̍h chhùi-á chhiò chhiò
Siang kha bô ê, kan-taⁿ kha ta̍h sit-tē
Lán chhiú khan chhiú, hō·-siong thiàⁿ-sioh!

Eng-àm iá-gōa sng tàng
Lán sin-khu sio-óa tng te̍k-jîn
Goe̍h-niû tiàu tī chhèng ê téng-thâu

1948/2

16

Sò͘ Iú

TỐ HỮU

Sò͘ Iú pún-miâ Ńg Kim Sêng, 1920 nî chhut-sì, 2002 nî kòe-sin. Goân-chèk Sūn-hòa séng Kóng Tiân koān ê lâng. Goân-chèk Hô-chēng séng Kan-lók koān. Oàt-lâm Chok-ka Hiáp-hōe hōe-oân. Bat tit kòe Ô͘ Chì-bêng Bûn-gē Siú^n.

ÙI HIT TANG-CHŪN
TỪ ẤY

Ùi hit tang-chūn góa sim-koa^n-thâu ê jit-kng tóh--khí-lâi
Chin-lí ê jit-thâu chin kng-iā^n thàng kòe góa ê sim-koa^n
Góa ê lêng-hûn chhin-chhiū^n hoe-hn̂g
Lóng sī hoe-phang, sì-kè chiáu-chiah...

Kā ka-tī ê sim hām chèng-lâng kat sio-óa
Hō͘ góa ê jiat-chêng sì-kè thòa^n
Hō͘ góa ê lêng-hûn hām kan-khó͘-lâng sio pàng-phōa^n
Sa^n-kap hû-chhî bē thoa-bôa

Góa í-keng sī kui bān kháu-chàu ê kiá^n
Chiâ^n chò kui bān lâng ê sió-tī
Chiâ^n chò kui bān lâng ê a-hia^n
Chiah-chhēng lóng bô, sì-kè liû-lōng...

1938/7

17

Tân Teng-kho

TRẦN ĐĂNG KHOA

Tân Teng-kho, 1958 nî tī Oa̍t-lâm pak-pō͘ Hái-iûⁿ séng chhut-sì. Hiān-chhú-sî Oa̍t-lâm Chok-ka Hia̍p-hōe ê hù-hōe-tiúⁿ. Bat tit-kòe Kok-ka Bûn-gē Siúⁿ.

CHÚI-PENG Ê CHÊNG-PHOE
THƠ TÌNH NGƯỜI LÍNH BIỂN

Góa tòe tōa-chûn chhut-phâng
Pe̍h-hûn sī thiⁿ-téng ê phâng
Lî-khui ê sî, góa tī káng-piⁿ sàn-pō͘
Hái chit pêng, lí hit pêng

Hái-pho-lōng kún-ká, lí soah chiah un-jiû
Lí ká-ná teh kóng siáⁿ, koh bî-bî-á chhiò
Góa ká-ná sī chûn-chiah, tī hái-éng tong-tiong siám-chhōe
pêng-chēng
Hái chit pêng, lí hit pêng

Mî-á-chài, mî-á-chài, tng to͘-chhī tiān-hóe siám-sih
Góa chûn tī hñg-hñg ê thiⁿ-chhiⁿ pôe-phōaⁿ hā pha-tiāⁿ
Bông-bông ê tāi-hái, sim-lāi ū lí góa tō bē ko͘-toaⁿ
Hái chit pêng, lí hit pêng

Chó͘-kok ê khó͘-lān iáu bōe pêng-chēng
Hong-thai mā bē in-ūi chhēng môa-saⁿ tō lâi tiām-chēng
Góa kò͘-mê. Thàu-mê. Pha-hng ê tó-sū.
Hái chit pêng, lí hit pêng

Hái hit-pêng ê thiⁿ-téng ē hoān-sè bô lí
Mā bô hái. Kan-taⁿ chhun góa hām chháu-po͘
Sui-bóng án-ne, góa iáu ē-kì--chit
Hái chit pêng, lí hit pêng...

1981

Ńg Tek-bō

NGUYỄN ĐỨC MẬU

Ńg Tek-bō, 1948 nî tī Lâm-hô séng Lâm-lêng koān chhut-sì. Goân-chèk Lâm-tēng séng Lâm-tit koān. Oảt-lâm Chok-ka Hiảp-hōe ê hōe-oân. Bat tit-kòe Kok-ka Bûn-gē Siún.

Ū HÓE-KIM-KO͘ Ê CHHIŪ-NÂ
CÁNH RỪNG NHIỀU ĐOM ĐÓM BAY

Àm-mî. Goán tan-ūi tī chhiū-nâ lāi tau hioh-khùn. Ū lâng tī ta--khì ê khe-á lìn ó͘ 1 kháu chéⁿ. Chhùi-ta siuⁿ kú à, ta̍k-ke khoàiⁿ chúi tō piàⁿ-miā koàn. Kam-tiⁿ ê chúi hō͘ goán ta-lian ê bah-thé koh oa̍h--khí-lâi. Thái ē chai, hit kháu chéⁿ lāi-té kóng ū lâng ê si-thé. Hit àm tah-bū, ū chin chē hóe-kim-ko͘ teh sih, ká-ná bîn-bāng.

Góa ùi tiàu-chhn̂g thiàu lo̍h-lâi, kā chhèng phāiⁿ leh, khì tit-pan. Tī àm-mî ê chhiū-nâ kiâⁿ-sóa, hiông-hiông that-tio̍h àu--khì ê mih-kiāⁿ, koh ū tòng-bē-tiâu ê chhàu-bī. Hoān-sè sī hông tōaⁿ-tio̍h ê lo̍k-á? Góa án-ne ioh. Tit-pan soah góa kè-sio̍k chiú tī tiàu-chhn̂g khùn. Hit àm kui chhiū-nâ lóng sī hóe-kim-ko͘, ká-ná teh khùn, koh ká-ná teh hām-bîn. Góa m̄-chai chhiū kha ê káu-hiā tī si-thé ó͘-khang sī hām-bîn ia̍h-sī chin-si̍t?

Keh-kang thàu-chá, āu-khîn--ê teh iúⁿ-chúi chú-pn̄g ê sî hoat-hiān 2 ê cha-bó͘-peng ê si-thé. Goán kui cho͘ chhut-tōng tī chio̍h-thâu phāng ia̍h chhiū-châng lāi-té koh chhōe tio̍h 3 ê cha-po͘-peng ê si-thé. In sin-khu piⁿ ū bô-siaⁿ ê bô-sòaⁿ-tiān hām tiān-sòaⁿ. In eng-kai sī thong-sìn-peng khì hông châu--khì. Goán tō ó͘ 5 ê khang kā in tâi--leh.

Chiàn-cheng í-keng soah, góa tang-sî ū ki-hōe tńg-khì Tn̂g-soaⁿ hia khòaⁿ khòaⁿ leh? Hia ū góa chhin-chhùi lim tiỏh ū sí-lâng ê chéⁿ-chúi. Hia ū káu-hiā bỏ mê bỏ jit teh ớ khang. Hia ū iōng bảk-sái hām thiàⁿ-thàng ớ ê 5 ê bōng. Hia ū chin-chē hóe-kim-kơ teh poe ê chhiū-nâ.

Lê Sì-hûn

LÊ THỊ MÂY

Lê Sì-hûn pún-miâ Hoān Sì Soat Mî, 1948 nî tī Kóng-tī séng Tiâu-hong koān chhut-sì. Oát-lâm Chok-ka Hiáp-hōe ê hōe-oân. Bat tit-kòe Kok-ka Bûn-gē Siú^n.

ǸG-BĀNG Ê GOE̍H-NIÛ KÙI-CHEH
NHỮNG MÙA TRĂNG MONG CHỜ

Lí siá phoe kóng beh tńg-lâi ah
Goe̍h-niû í-keng tī hia tán-thāi
Hoe-lúi mā hiù phang-chúi
Hûn-lúi mā piàn-sek kî-thāi

Goe̍h-niû chhiâ-chhiâ
Ká-ná hō͘ hng-hng ê po̍k-chà chùn--tio̍h
Oán-hong ê chûn-chiah mā tîm--khì
Tī hiám-ok ê san-lîm hit pêng

Lí chóng-sǹg phāi^n phāi^n-á tńg--lâi
Thian tē lóng ūi lí hoa^n-hí
Góa hoa^n-hí kah pe̍h-chhang-chhang
Chhiū^n jit--sî ê goe̍h-niû

Kui-ê goe̍h-niû ê kùi-cheh hām lí tàu-tīn
Góa chhiū^n thi^n-téng hiah siàu-liân
Lí ê lám chin sio-loa̍h
Chhùi-tûn lóng sī phiàn lâng khùn ê koa-khek

Mî-á-chài koh ài sio sàng
Goe̍h-niû oan-khiau chhiū^n 1 lia̍p bí
Iā-iā káu chheng lia̍p chhi^n
Tih lo̍h sim-koa^n chhiū^n hóe-chhi^n

Ǹg-bāng, góa ǹg-bāng
Goe̍h-niû... Súi ê bīn-iông
Kng koh î^n, tî^n-tòe lí
Kui-ê chiàn-tàu ê lō͘ lìn

1973 nî

Tân Lūn-bêng

TRẦN NHUẬN MINH

Tân Lūn-bêng 1944/8/20
tī Oȧt-lâm pak-pōˑ Hái-iûⁿ
séng chhut-sì, hiān-chhú-sî
tēng-ki tī Kóng-lêng séng ê
Hā-liông-oan chhī. Oȧt-lâm
Chok-ka Hiȧp-hōe ê hōe-oân.
Bat tit-kòe Kok-ka Bûn-gē
Siúⁿ.

CHIOH MN̄G LEH...
CHO TA HỎI...

Chioh mn̄g leh chhiū-á! Lí thái ē beh puh-í^n
Tō sǹg chhun-hō͘ jit-thâu lóng m̄ lâi
Iu-chhiû kā tiām-chēng tî^n-tiâu-tiâu
Bóe-àm-á ê goeh-bâi lak tī khe-té

Chioh mn̄g leh hóe-chhia! Lí thái ē thêng--loh
Khui-khoah ê jîn-seng lú-tô͘, lí beh kiâ^n khì tó?
Hoān-sè āu chit pang chhia, góa í-keng khiàm sek
Lâng kā góa pàng bē-kì...tiā^n-tiā^n tō-sī án-ne...

Góa kā lí mn̄g, lí thái ē siū^n-khì
Ōa^n chò góa...góa mā tioh sa^n-sî
Kan-ta^n ài-chêng ê sim, iáu teh phók-phók-thiàu
Kia^n-hiâ^n, sim-thià^n...
　　　　　　　　Chiú tī chhe^n-chhùi ê bōng-á-po͘...

　　　　　Hô-lāi, K pē^n-ī^n, 2012 nî Chia^n--goeh 16

21

Kang Lâm

GIANG NAM

Kang Lâm, pún-miâ Ńg Iông, 1929 nî chhut-sì. Goân-chèk Khèng-hô séng. Oàt-lâm Chok-ka Hiàp-hōe ê hōe-oân. Bat tit tiòh Kok-ka Bûn-gē Siú^n.

KÒ·-HIONG
QUÊ HƯƠNG

Sè-hàn ê sî-chūn 1 kang khì ha̍k-hāu 2 pái
Kàu-kho-su kà lán ài kò·-hiong ê tōa tō-lí
"siáng kóng pàng gû chin kan-khó·?"
Góa ē-sái pàng-sang thiaⁿ chhiū-téng ê chiáu siaⁿ
Siōng-khò làng-káng ê ji̍t-chí
Tī chúi-tî ê kiô téng jiok ia̍h-á
Hō· lāu-bú lia̍h tio̍h...
Iáu bōe phah tō háu à!
Chhù-piⁿ ê chô·-gín-á
Bún-bún-á chhiò koh kim-kim siòng

Kek-bēng po̍k-hoat
Chiap-sòa sī tn̄g-kî khòng-chiàn
Kā lāu-bú saⁿ-sî chiūⁿ chiàn-tiûⁿ
Siáng chai keh-piah ê cha-bó· gín-á
Mā ka-ji̍p iû-ke̍k-tūi
Tú tio̍h góa hit kang kāng-khoán chhiò-bún-bún
I o· koh îⁿ koh kó·-chui ê ba̍k-chiu
Teh hêng-kun, bē-tàng kóng-ōe
Pō·-tūi keng-kòe, góa hoan-thâu kā khòaⁿ...
Thiⁿ lo̍h tōa hō·, góa ê sim-lāi soah chin un-loán...

Hô-pêng, góa tńg--lâi à
Khah-chá ê hák-hāu, kam-chià hn̂g, tiū-á hn̂g
Koh khòaⁿ tiòh lí
Lí bih tī mn̂g āu bīn âng-âng...
Kāng-khoán chhiò-bún-bún, tng góa mn̂g lí
Kè--lâng seⁿ-kiáⁿ ê tāi-chì lí soah pháiⁿ-sè kóng!
Góa hó-lé-á khan lí ê siang chhiú
I tiām-tiām tī góa ê chhiú-pô, sio-hut-hut...

Kin-á-jit thiaⁿ tiòh lí ê siau-sit
Kàu taⁿ góa iáu m̄-sìn
Tèk-jîn kā lí thâi kah iûⁿ-kô͘-kô͘
Kan-taⁿ in-ūi lí sī iû-kèk-tūi!
Phòa-pak ê thiàⁿ, hō͘ góa ê sam hûn chhit phek chhōe bô
sin-khu!

Khah chá ài kò͘-hiong sī in-ūi ū chiáu-á hām iàh-á
Ū làng-káng hông hoàt ê jit-chí...
Chit-má ài kò͘-hiong, sī in-ūi chit tè thó͘-tē
Ū góa ì-ài ê lí ê chheng-chhun hām hiat-jiòk

1960

Phoaⁿ Sì Chheng Hiân

PHAN THỊ THANH NHÀN

Phoaⁿ Sì Chheng Hiân, 1943
nî chhut-sì, goân-chek Hô-
lāi. Oa̍t-lâm Chok-ka Hia̍p-
hōe hōe-oân. Bat tit tio̍h
Kok-ka Bûn-ha̍k Siúⁿ.

TIĀM-CHĒNG Ê IÛ-Á-HOE PHANG
HƯƠNG THẦM

Hāng-á-bóe hit nn̄g keng pâng ê thang-á-mn̂g
M̄-chai ūi siáⁿ tāi, lóng m̄-bat koaiⁿ--khài
Khah-chá tha̍k kâng pan ê siang-lâng
Chhù āu ê iû-á-chhiū thòaⁿ bī phang-phang

Kā chi̍t chhok hoe chhàng tī chhiú-kin-á
Siàu-lú ná tiû-tû ná kiâⁿ khì keh-piah
Hia ū chi̍t ê lâng keh-kang ài chiūⁿ chiàn-tiûⁿ

In tiām-tiām chē leh, m̄-chai beh kóng siáⁿ
Siūⁿ beh khòaⁿ tùi-hong, koh hiông-hiông oa̍t-thâu
Bô lâng beh seng khui-chhùi...
Iû-á-hoe ê phang-bī hō͘ i sim khah cho
Cha-po͘--ê m̄-káⁿ kiû, cha-bó͘--ê m̄-káⁿ sàng
Kan-taⁿ iû-á-hoe ê chheng-phang
Tòng-bē-tiâu, it-ti̍t teh thòaⁿ

Siàu-lú ká-ná he tiām-chēng ê hoe
Ǹg-bāng phang-bī thè i soeh ài ì
"Lí thái ē bô-chêng, m̄-chai lâng sim-ì
Lâng í-keng lâi kàu lí sin-piⁿ"...

In hun--khui, iu-oàn tiām-tiām
Tiām-chēng ê iū-á-hoe phang tîⁿ-tòe chiūⁿ chiàn-tiûⁿ ê kha-pō͘-siaⁿ...

Mûi Bûn-hùn

MAI VĂN PHẤN

Mûi Bûn-hùn, 1955 nî tī Lêng-pêng séng Kim-san koān chhut-sì, bỏk-chiân tòa Hái-hông. I bat tit kòe Oảt-lâm Chok-ka Hiảp-hōe ê chióng hām Sūi-tián ê Cikada siú^n (2017 nî).

KHÓ-IO̍H
THUỐC ĐẮNG

(hō͘ Gio̍k Chiam)

Hoat-sio hāi lí ná hóe-lô͘
A-pa kam-goān thè-lí sio chò hóe-hu
Khó͘-io̍h bē-sái koh tán
Khan lí ê chhiú
　Góa kā io̍h-á tò--lòe
Gōng-sîn gōng-sîn kā óaⁿ khṅg leh

Cha-bó͘-kiáⁿ ah! Iā-iā thiaⁿ kìⁿ sng kàng ê siaⁿ
Kan-khó͘ tō͘ kòe hân-iā
Hia nńg-chiáⁿ ê hoe-bān
Mā tio̍h chhiū-kin ê saⁿ-chhî chiah thang thòaⁿ phang-bī

Kōaⁿ-chúi kiat chò chhiú-pô ê lan
Chhun-thiⁿ piàⁿ ji̍p khó͘-thàn ê óaⁿ
Góa thâu-mo͘ chhùi-chhiu pe̍h, kui-bīn liâu-hûn
Kan-taⁿ ē-sái iōng ba̍k-sái lâi bīn-tùi sū-si̍t

Lí bāng kìⁿ tng teh chia̍h mi̍h-kiáⁿ
Góa kā óaⁿ khǹg thang-á-chêng
Tán lí oa̍h kàu góa chit ê hòe
Hoān-sè óaⁿ lāi iáu ē chò hong-thai

Oán Hong

VIỄN PHƯƠNG

Oán Hong (1928-2005),
pún-miâ Phoaⁿ Chheng-
oán. Goân-chék An Kang
séng Chu-tok koān Sin-
chiu. Oảt-lâm Chok-ka
Hiảp-hōe hōe-oân. Bat tit
tiỏh Kok-ka Bûn-hảk Siúⁿ.

GÓA Ê SI HĀM LÍ Ê JÎN-SENG
THƠ ANH VÀ ĐỜI EM

O͘-sô-sô ê àm-mî... lí hoàn-bē ài-chêng
Sī lō͘-chúi iảh-sī lí ê bảk-sái kā chháu-á-po͘ chu-lūn
Un-ài ê giân-gí tī hong lìn thàu
M̄-koh ài-chêng... Lí tang-sî chiah ē lí-kai!

Góa it-seng siáu siá si
Góa siá ê si, bûn-jī kam-tiⁿ koh sûn-kiat
Góa jīn-ûi tī khong-tiong thiàu-bú ê iảh-á
Thián-khui súi-ê sit-á í-keng thè jîn-seng tòa lâi sek-chhái

Chhiū-bóe iáu teh chò hong-thai, thiⁿ-tē mā tó-tńg!
Sī án-chóaⁿ si-phian chhiūⁿ iảh-á sit hiah pỏh?!
Chhiūⁿ chhiū-hiỏh tī khe-chúi phiau-liû
Siūⁿ beh kā pó-hō͘ soah bô châi-tiāu

Góa sim-thiàⁿ lí kā chheng-chhun chhut-bē hō͘ jîn-seng
Jîn-seng soah iōng kan-khó͘ hām thí-jiỏk kā lí hôe-pò
Góa siá ê si lóng bô khùi-lảt
Siá hō͘ lí mā thè góa ka-tī lâu bảk-sái

Bú Kûn-hong

VŨ QUẦN PHƯƠNG

Bú Kûn-hong pún-miâ sī
Bú Giȯk-chiok, 1940/9/8
tī Hô-lāi chhut-sì. Goân-
chėk Lâm-tēng séng Hái-
hiō koān. Oȧt-lâm Chok-ka
Hiȧp-hōe hōe-oân. Bat tit
tiȯh Kok-ka Bûn-hȧk Siú^{n}.

KUI-JÎN
NGƯỜI VỀ

Hiàn hō͘ Sek It Hêng siâm-sû

Kīn chin kīn, hn̄g chin hn̄g
Put-chó͘ sī chhù-bóe-téng ê thiⁿ
Kò͘-hiong ê chhân-hōaⁿ-á lō͘ iáu ū pē-bú ê kha-jiah
Chit tiâu lō͘ put-chó͘ í-keng kiâⁿ--kòe

Biō-cheng ūi siáng lâi kòng, bo̍k-hî ūi siáng lâi kho̍k
Hân-iā ê hái-éng-siaⁿ ùi kiô-tun hia thoân-lâi
Chit ba̍k-nih, jîn-seng í-keng tîm tī chhong-song lāi-té
Kan-taⁿ chhun goe̍h-niû kong-hui ê ài bān-sè liû-thoân

Chúi lâu ji̍p khe, khe-chúi koh lâu lo̍h tōa-hái
Khòaⁿ thàu jîn-sim hām ka-tī
Khòaⁿ thàu sè-kan-sū
Kan-taⁿ chhun chhù-téng kng-iāⁿ ê goe̍h-niû teh tán-thāi

Bí-kok Ka-chiu 2005/1/18

26

I Hong

Y PHƯƠNG

I Hong pún-miâ sī Khó Éng-
san, 1948/12/24 chhut-
sì. Goân-chek Ko-pêng séng
Tiông-khèng koān. Oát-lâm
Chok-ka Hiáp-hōe hōe-oân.
Bat tit tiòh Kok-ka Bûn-hák
Siún.

KHÀU LIÂU HÔNG-SÒA[n12]
PHÒNG TUYẾN KHAU LIÊU

Chhá hoan-bẻh
Khe-chúi
Chhèng-ki
Kā lán sin-khu ûi-tiâu-tiâu
Lâng kā kui liảp soa[n] ûi-tiâu-tiâu

Bố· tī ang-sài ê sin-khu-pi[n]
Lāu-pē tī chú-lú ê sin-khu-pi[n]
Chêng-jîn tī chêng-jîn ê sin-khu-pi[n]
Hām soa[n]-phiâ[n] hảp chò it-thé
Hoe-châng lìn
Chháu-pû kha
Tē-it tō hông-sòa[n]
Hiỏh-á chiam-chiam
Bảk-chiu siā chhut kng-iā[n]-iā[n] ê kng
Ní chò chhim-nâ ê siang-chhiú
Hiông-hiông ní chò âng-hoe-pò·

---

12. Ẻk-chiá chù-kái: Khàu Liâu (Khau Liêu) sī Oảt-lâm ê tē-miâ, tī Ko-pêng séng Tiông-khèng koān hām Kóng-ian koān kau-kài. Tī 1979 nî Oảt-Tiong pian-kài chiàn-cheng ê sî Khàu Liâu sī siang-hong kẻk-liảt kau-chiàn ê só·-chāi.

Siang-chhiú ká-ná chǹg thàng chioh-thâu ngiâ ǹg jit-thâu
ê kiuⁿ-châng

Lāu-bó hām sió-tī sió-moāi
Chhiong-boán su-liām ê soaⁿ-phiâⁿ
Hām tōa-lō͘ mā kám-tōng kah oan-khiau

Tê-jī tō hông-sòaⁿ
Tảk liảp chioh-thâu āu-piah lóng ū giảh chhèng ê lâng

1979 nî

27

Chheng Kùi

THANH QUẾ

Chheng Kùi pún-miâ Phoaⁿ Chheng-kùi, 1945 nî chhut-sì. Goân-chek Hù-an séng. Oát-lâm Chok-ka Hiáp-hōe hōe-oân. Bat tit tióh Kok-ka Bûn-hak Siúⁿ.

A-BÚ CHÍT-LÂNG TÒA CHHÙ
MÌNH MÁ NGÔI NHÀ HOANG

A-pa kòe-sin à
A-bú chít ê lâng tòa
Oát-thâu khòaiⁿ ang-keh-toh
Koh oát-thâu khòaiⁿ chūn-chūn hiuⁿ-ian

Ām-sî chít chūn hong chhoe jíp mñg
Ká-ná ū lâng teh hoah góa
Thiaⁿ tióh keh-piah ê kha-pō͘-siaⁿ
Chhéⁿ--lâi bô khòaiⁿ iáⁿ
Jit--sî khoán pñg pài ang-sài
Pài oân tō chiáh hia pñg-chhài
Ko͘-toaⁿ chít lâng tī chàu-kha lāi
Ná pe pñg ná póe bák-sái

Hāu-seⁿ kan-taⁿ tñg-lâi kúi-kang
Lâi bô tiuⁿ-tî khì bô saⁿ-sî
A-bú ko͘-toaⁿ chít ê lâng
Iā-iā su-liām a-pa ê hêng-iáⁿ

Ko͘-toaⁿ khang khang ê chhù
A-bú ê hêng-iáⁿ
Hông-hun ê péh thâu-chang
Kiáⁿ-jî sim thiàⁿ...

1994/2/15

Pì Kiàn-kok

BẾ KIẾN QUỐC

Pì Kiàn-kok (1949-2002)
goân-chek Hô-lāi chhī. Oat-
lâm Chok-ka Hiap-hōe hōe-
oân. Bat tit tioh Kok-ka Bûn-
hak Siúⁿ.

TÙI KA-TĪ Ê HOAN-HÙ
TỰ NHỦ

Siang kha ah, chhiá^n lí chhōa góa cháu
Tō-sǹg ū-sî ē poȧh-tó
Ū-sî ē lȧp tiȯh chhì-á, hoān-sè, ū-sî...
Lán mā tiȯh ǹg lí-sióng hiòng chiân kiâ^n

Siang hī^n ah, chhiá^n lí chhōa góa cháu
Sui-bóng ū-sî ē thia^n tiȯh kiâm-tok-tok ê êng-á-ōe
Chhơ-ló͘ ê ōe, hoān-sè, ū-sî...
Lán mā tiȯh ǹg koa-sia^n thí-khui hī^n-á

Siang bȧk ah, chhiá^n lí chhōa góa cháu
Khì sì-kè khòa^n tāi-chì ê chin-siòng
Tō-sǹg khoài^n tiȯh thòng-khó͘ ê tāi-chì, hoān-sè, ū-sî...
Lán tiȯh khòa^n, in-ūi lán ǹg-bāng bí-hó ê bī-lâi

Góa ê sim ah, chhiá^n lí chhōa góa cháu
Lî-khui góa ê heng-khám
Kā tāi-tē hiàn hō͘ lí
Sui-bóng ū thòng-khó͘, ū sim-sng
Sui-bóng ū-sî khó͘-chhó͘ ē hō͘ sim-thiàu tiā^n--khì...

Lán tiȯh sa^n hû-chhî, in-ūi lán siong-sìn hēng-hok tek-khak ē lâi

1987 nî

29

Tân Kong-kùi

TRẦN QUANG QUÝ

Tân Kong-kùi, 1955/1/2 tī Hù-siū séng Sam Chheng koān Chhun Lỏk khu chhut-sì. Oạt-lâm Chok-ka Hiạp-hōe hōe-oân. Bat tit tiỏh Kok-ka Bûn-hạk Siúⁿ.

CHNG-THÂU Ê ÀM-MÎ
ĐÊM Ở LÀNG

Góa koh tńg-lâi bāng-tiong lóng sī chhe^n-tî ê gîm-chî^n
Kiâ^n kòe hong-siu ê kóe-chí-hn̂g
Thoa-thê ê chúi-gû hām teh khùn ê chò-sit lâng
Chhân-iá ǹg-bāng siàu-hū ê heng-chêng
Chng-thâu kā thiám-thâu chhàng tī o·-àm
Àm-mî kā chng-thâu chhàng tī chhian-liân sî-tāi

Hit kóa tek-khoe-sì^n kui-mê phái^n-khùn
Hong ko·-ko·-toa^n-toa^n tī khe-pi^n
Àm thî ê ke-á sia^n tī góa sim-lāi
Chit péh àm-tām ê hóe tī àm-mî tō-lō· ê chī^n-pōng
Ǹg-bāng tō ná tú iù-chí^n ê chhe^n-kin-chio
A-bú tiám teng-á kiâ^n ǹg chhng-khò·
Sim-koa^n phók-phók-chhài thia^n he tiū-sūi ê chhoán-khùi
sia^n!

O·-iá^n tī thi^n-téng chū-iû sóa tín-tāng
Sim-cho-cho ê tek-nâ lak thâu-mo·
Ūi tiòh chhin-kīn thó·-tē, chit liàp kóe-chí chāi chhàng ǹg
Kóa^n-kông lak lòh àm-mî ê kóe-chí-hn̂g!
Góa hām ám-po·-chê lú lâi lú chió ê loàh-thi^n tàu-tīn khùn
Chng-thâu ê kōa^n-chúi hiông-hiông lâu lâi góa sin-khu

Lāu-bú iáu chē tī hia khí-hóe
Thâu-chá lâng lâi lâng khì ê kha-pō·-sia^n...

Chhun Khêng

XUÂN QUỲNH

Chhun Khêng pún-miâ Ńg Sì Chhun Khêng, 1942 nî chhut-sì. Goân-chèk Hô-lāi chhī. Oạt-lâm Chok-ka Hiáp-hōe hōe-oân. Bat tit tiọh Kok-ka Bûn-hảk Siúⁿ hām Ô Chì-bêng Bûn-gē Siúⁿ.

SIO-HONG[13] HĀM PE̍H-SOA
GIÓ LÀO CÁT TRẮNG

Góa jîn-seng ê sio-hong hām pe̍h-soa
Iām-joa̍h sio-hong hām pe̍h-soa ê góa

Tī chhoe sio-hong ê hit kóa e-po͘ sî
A-bú chhùi kâm pe̍h-soa ūi góa chhiùⁿ io-gín-á koa
Góa tú tōa-hàn tō o̍h ē-hiáu o͘-khang
M̄-nā chà-tôaⁿ, pe̍h-soa sio-hong mā kā lán kong-kek
Soa-lūn thia̍p kòe soa-lūn
Lâm-bí-kio̍k hoe-bān ná pháng-se̍h ê chhia-lián
Góa ê jîn-seng ū soa teh pó-hō͘
Sio-chiàn ê sî soa chò tiau-pó
Chiàn-iú hām góa ê hoeh ná chôaⁿ-chúi bùn--chhut-lâi
Hoeh tī pe̍h-soa téng hō͘ sio-hong siàn ta
Góa chhèng ê chhiū-á iáu bē-tàng cha̍h ńg
Te̍k-jîn ê chà-tôaⁿ í-keng kā ki-hio̍h pōng nōa
Chia ê han-chî mā m̄-chiâⁿ-iūⁿ bē tōa

Pha̍k ta ê sek-khia hō͘ hong chhoe--kòe
Soa kan-taⁿ khiām ji̍t m̄ khiām hō͘

---

13. E̍k-chiá chù-kái: Sio-hong sī kí Oa̍t-lâm-ōe ê "Gió Lào;" tiāⁿ chhut-hiān tī Oa̍t-lâm tiong-pō͘
Kóng-pêng, Kóng-tī ham Sùn-hòa chit kóa só͘-chāi, ùi Liâu-kok chhoe--lâi ê sio-hong.

Kha-pō͘ tȧh--ê lóng sī sio-loȧh

Hong-poe-soa, kan-khó͘ ê jit-chí

Góa hiàng-óng chit khoán hô-hâi ê chheⁿ

Lóng sī kóe-chí ê chhùi-chheⁿ

Góa ak-pûi, bán kóe-chí

Goán tau, góa beh tiông kiàn

Ang-chng-á chhù hām chhàn-lān bī-lâi sè-tāi ê bīn-iông

Lí tú tńg-lâi, siáⁿ-mih lóng bô khoàiⁿ

Kan-taⁿ pėh-soa hām ē-sái tȯh hóe ê sio-hong

Sio-loȧh ê hong tī lî-piȧt liáu chiâⁿ chò su-liām

ngē-kak ê soa chiong-kî-bóe seng-hôa chò thiàⁿ-sioh

Sui-bóng ū-sî bô móa-ì

Che pėh-soa hāi góa kha-pô phòng-phā

Che sio-hong hāi góa bīn-bah âng-kì-kì

Sàn-chhiah ê thó͘-tē hō͘ han-chî chhiū-chî bē tōa

Góa iáu sī goān-ì kā kui-ê jîn-seng

Hiàn hō͘ pȧh-soa hām ē-tàng tȯh-hóe ê sio-hong

1969 nî

Tân Ông-san

TRẦN VÀNG SAO

Tân Ông-san pún-miâ Ńg Tēng (1941-2018). Goân-chék Sūn-hòa.

CHIT-Ê ÀI-KOK-CHIÁ Ê SI-PHIAN
BÀI THƠ CỦA MỘT NGƯỜI YÊU NƯỚC MÌNH

Chái-khí góa chhēng sa^n hām ê-á ko·-toa^n khiā tī lō·lìn
Hong chhoe thang-á gōa ê tek-á pe̍h-hoe
Thâu-chang iáu ū téng chi̍t kùi ê tiū-á phang-bī
Gín-á teh thau khòa^n
Hioh tī tiâ^n lìn ê chhù-kak-chiáu
Góa chiah ài chit ê kok-ka
Ta̍k-kang chái-khí
Khòa^n hia ê chhù-kak-chiáu
Hiáng-siū he liâng-sóng ê hong
Khòa^n he lō·-pi^n lóng sī oa̍h-le̍k ê chháu-á-ki
Góa iáu oa̍h leh
    teh chia̍h
      teh chhoán-khùi
        hām ta̍k-ke kāng-khoán
Ū-sî hiông-hiông siū^n tio̍h chhe^n-hūn ê chhiò-sia^n
Ia̍h-sī ū iū-á-hoe hām ngau-hoe[14] ê pi-siong bîn-iâu
Chio̍h-thâu ū ta--khì ê hûn-jiah
Bô lâng sa^n-sî
Iáu ū hóe-chhia tân chúi-lê ê sia^n

---

14. Ek-chiá chù-kái: "Ngau-hoe" (hoa ngâu) sī chit khoán Oa̍t-lâm goân-seng ê hoe, ha̍k-miâ sī Aglaia duperreana.

Góa lāu-bó òaⁿ khùn chá khí
Kin-nî 50 gōa
Ang-sài sí 10 gōa tang
Góa tú bat jī ê sî
Lāu-bó sin-khó͘ kā goán chhiāⁿ
Ūi tiòh āu chi̍t tǹg cháu-chông
Chi̍t kang 2 pái put-sî ū lâng lâi thó-chîⁿ
Kan-taⁿ ē-sái chhúi-khí-kin kā--leh
A-bú chin chió ū chhiò-iông
E-po͘ hām àm-sî
Tiāⁿ-tiāⁿ chi̍t-ê lâng teh háu
Kan-taⁿ thó͘-khùi
Khó-liân hāu-seⁿ bô lāu-pē
Ko͘-toaⁿ chi̍t-ê
Góa ài chi̍t ê kok-ka, thiàⁿ-sioh i
Lāu-bó chhiâⁿ góa 10 kúi nî bô koh kè
Ūi góa chiú-kóa
Hō͘ hit kóa hó-gia̍h-lâng ta̍k-kang chau-that
In si-sià goán ká-ná tùi-thāi thái-ko pēⁿ-lâng
Lāu-pē chò-kì bô pòaⁿ ê chhin-chiâⁿ kiâⁿ kha kàu
Kā lāu-pē tiám kúi châng hiuⁿ
Chhah kúi lúi hoe
Goán lāu-bó ba̍k-sái lâu ba̍k-sái tih
Kî-kiû lāu-pē pó-pì góa tōa-hàn
Ang--ê, gín-á iáu sè-hàn
Iáu bô tì-hūi iáu bē-hiáu kiâⁿ

Bô-lūn hong-hō͘, 1 lâng chhiâⁿ kiáⁿ-jî
Góa ài chit ê kok-ka, chin sim-sng
Tī àm-mî giȧh hóe-pé kiâⁿ
In-ūi sȧk-sāi, bô lâng kì-tit i ê miâ
Kòe-khì ê tāng-tàⁿ teh tī kha-chiah-phiaⁿ
Tō͘ saⁿ tǹg ê jit-chí chin kan-khó͘
Jîn-seng chin pi-chiān, hām seⁿ-ko͘ ê bí mā tiȯh chhiúⁿ
Múi chit pȧh chhài, múi chit liȧp iâm
Gín-á saⁿ-tǹg bē pá beh thái ē hoaⁿ-hí
A-bú sioh góa, m̄-kiaⁿ kau-thong gōa kan-lân
Taⁿ tāng-tàⁿ kòe kiô chiūⁿ kiā
A-bú tȧk àm to háu
Tȧk àm to àⁿ-thâu kî-tó
Ǹg-bāng góa ē-tàng tōa-hàn, khiā-thêng-thêng
Góa ài chit ê kok-ka, kàu góa lāu--khì
Góa ài lāu-bó hit niá phòa saⁿ
Bē-kì-tit ka-tī ū gōa lāu à

Góa lî-khui
Hō͘ lú lȯh lú chho͘
Kin-á-jit soah sim-cho-cho
Chhin-chhiūⁿ kôaⁿ-thiⁿ chái-khí bô khoàiⁿ jit-thâu
Tn̂g-tn̂g ê khe-chúi sȧh kòe chhiū-nâ
Kám-tōng khe-chúi
Chiáu-chiah tiām-tiām hioh tī chhiū téng
Chhiu-thiⁿ tiām-tiām hioh tī koaⁿ-bâng-hoe

Góa ài chit ê kok-ka ê chái-khí
Bô lâng ê chhiò-siaⁿ mā bô gín-á ê koa-siaⁿ
Thô͘-chioh chháu-bȯk ah
Su-su-liām-liām sī lāu-pē lāu-bó
Tiàm-thâu chiah pn̄g khùn kiô-kha
Nn̄g chōa bȧk-sái liàn--lȯh-lâi
Tȧk-kang to kî-tó Siōng-tè, n̂g-bāng hông hiong hòa kiat
Góa ài chit ê kok-ka ê phòa-saⁿ
Phòa chhù lāu-chúi, piah-tó͘ bô châi-tiāu chȧh hong
Múi chit pái chhoán-khùi lóng sī ài
Sioh hoe tiȯh liân phûn
Àm-sî tiám hóe chē kàu thiⁿ-kng
Góa ài chit ê kok-ka, chiah nih kāu
Chhiūⁿ ài hoe-hn̂g ê chháu-bȧk
Chhiūⁿ ài góa giám-ngē ê lāu-bó
Kin-á-jit kā góa chhiâⁿ tōa-hàn
Kah-ì chit-ê hó-thiaⁿ ê koa-siaⁿ
Ū iá-chháu phang-khùi ê pê-chûn-koa
Kám-chêng hong-hù ê Bōng-kó͘-koa[15]
Ū hōng-thāi tī chàu-kha ê saⁿ chun chàu-sîn
Ū hām liân-hoe-hioh téng-bīn ê chúi-tih kāng-khoán bô
hoaⁿ-hí ê gín-á sî
Góa ài chit ê kok-ka, mā ài lí
Pȧk thâu-chang-bóe koai-khá ê gín-á sî
Pȩh-saⁿ hām âng-kì-kì ê hōng-hông-hoe

---

15. Ėk-chiá chù-kái: Bōng-kó͘-khek (vọng cổ) sī Oȧt-lâm lâm-pō͘ ū-miâ ê khek-tiāu.

Chhù-kak-chiáu thiàu lâi thiàu khì
Chē leh tha̍k chheh, sè-siaⁿ kiò góa ê miâ
Khai-káng kóng bē soah
Kóng thiⁿ kóng tē
kóng hāu-hia̍h kóng pn̄g-lē
Tiāⁿ chhiò kah m̄-chai lâng
Thàu-chá léng-hong iáu tī leh
Lî-khui ê sî oa̍t-thâu khòaⁿ
Khòaⁿ he kam-á-chhiū, nāi-chi-chhiū
Thiàⁿ-sioh ê lāu-bó
Lí iáu bōe siong-sim
In-ūi m̄-bat chhēng kòe phòa saⁿ
Góa ài chit ê kok-ka ê chhài-pó͘-kin-á
Sì chheng nî ê kut-la̍t phah-piàⁿ
Saⁿ ê liú-á lak--khì, kòe kiô hō͘ hong chhoe--khì

Lí iáu chhiūⁿ gín-á sî hiah koai-khá

Góa ài chit ê kok-ka, phòa-kô͘-kô͘
Lāu-bó tī soaⁿ-téng hiâⁿ chhâ, lāu-pē tī hái-piⁿ
lia̍h-hî
Chia̍h kok-chióng iá-chhài
Chhiâⁿ-ióng peh-sèⁿ
Sì chheng nî ê kut-la̍t phah-piàⁿ
Lán sī Au Ki[16] ê kiáⁿ-jî
Lán ê siaⁿ-im ū Hû-tóng Thian-ông[17] ê lêng-hûn

Góa kiâⁿ 1 kang
Tú--tiỏh-ê lóng sī chheⁿ-hūn-lâng
Bô lâng chai, bô lâng bat
M̄-chai hòe-sờ m̄-chai miâ-jī
Chò-hóe tī chit tè thớ-tē seng-oảh
Chò-hóe sêng-tam lâm-pak hun-koah ê thòng-khớ
Chò-hóe ū chit ê miâ-jī hō-chò Oảt-lâm
Khang-chhùi iáu teh lâu-hoeh
Kám-siū óng-seng-chiá ê thiàⁿ-thàng
Hùn-nō͘ tûi heng-khám
Hām tông-pau chò-hóe hoah
Chit chheng sì pah bān lâng iau-kiû tỏk-lỉp chū-iû ê soan-
giân
Tảk tǹg chiảh ē pá
Tang-thiⁿ chhēng ē sio
Ē-tàng khai-káng, chhiò, chhiùⁿ-koa, loân-ài, bián hō͘ lâng
kìm-chí
Ē-tàng pài ka-tī ê chhin-lâng
20 tang jîn-seng lóng bián phah-sǹg

Góa tńg-lâi ka-tī sè-keng ê chhù
Tiám chit-ê iû-teng

---

16. Ẻk-chiá chù-kái: Au Ki (Âu Cơ) sī Oảt-lâm sîn-ōe kò͘-sū ê jîn-bút, siong-thoân i sī Oảt-lâm-
lâng ê chó͘-má. I hām Lak-liông-kun kiat-hun seⁿ 100 ê kiáⁿ, chiâⁿ chò Oảt-lâm-lâng ê chó͘-
sian.
17. Ẻk-chiá chù-kái: Hū-tóng Thian-ông (Thánh Gióng) Oảt-lâm sîn-ōe kò͘-sū ê jîn-bút, nî-kí
chin sè, m̄-koh ióng-kám tòa-niá Oảt-lâm-lâng tùi-khòng tẻk-jîn.

Hong-bî-bî chhōe tī chhiū-hióh
Chheng-sóng ū phang-bī hîg-á ê iā-àm-mî
Chit óa^n hēng-chhài chham hiam-chio-á thng
Keh-piah ê gín-á mà-mà-háu
Lāu-bó kā gín-á phō khì Ài-chú-kiô[18] chē
Ta^n kok-ka í-keng tò-kòe jîn-bîn ê lêng-hûn
Ám-poˈ-chê beh lâi ê loáh--lâng
Liâm-mi tō koh chhiu-thi^n
Chit ê kok-ka iáu teh thòng-khóˈ
Tán-thāi thóng-it ê hit kang
Hōˈ hit pêng bē kiò chit pêng Lâm Oát lâng
Hōˈ chit pêng bē kiò hit pêng Pak Oát lâng
Chhiong-boán hoa^n-hí-sim, bē sim-cho-cho
Góa ài chit ê kok-ka, ū-iá^n
Chhiū^n ài ū goán lāu-bó ê tau
Chhiū^n ài lí chhùi-tûn ti^n-bit ê chim
Mā ài í-keng kak-chhé^n ê góa
It-tit ǹg-bāng ka-tī kok-ka ê thóng-it

1967 nî 12 goéh 19

---

18. Ėk-chiá chù-kái: Ài-chú-kiô (cầu Ái Từ) tī tiong-pōˈ ê Kóng-tī séng.

Lỗ Gîn-sím

LÒ NGÂN SỦN

Lỗ Gîn-sím (1945-2013), goân-chék Lāu Ke séng. Oạt-lâm Chok-ka Hiạp-hōe hōe-oân. Bat tit tiòh Kok-ka Bûn-hạk Siún.

CHHEⁿ-MÊ-LÂNG
NGƯỜI MÙ

Chheⁿ-mê-lâng iōng hīⁿ-á thiaⁿ, iōng kha khòaⁿ, iōng chhiú
him-sióng
Chheⁿ-mê ê chú-jīm teh o̍h gōa-gí
Chheⁿ-mê ê keng-lí teh o̍h chhī phang ê ki-su̍t
Chheⁿ-mê ê ōe-ka iōng sèⁿ-miā teh ōe tô͘
Chheⁿ-mê ê koa-chhiú teh chhiùⁿ o-ló jîn-seng ê koa
Chheⁿ-mê ê si-jîn teh tha̍k kong-bêng ê koa-si...

Góa khòaⁿ tio̍h hia chheⁿ-mê m̄-koh bē chheⁿ-mê ê lâng chin
tio̍h-kiaⁿ
Góa koh khah tio̍h-kiaⁿ ê sī hia bô chheⁿ-mê soah ká-ná
chheⁿ-mê ê lâng

Ńg Tiōng-chō

NGUYỄN TRỌNG TẠO

Ńg Tiōng-chō 1947/8/25
tī Gī-an séng Ián-chiū koān
chhut-sì, 2019/1/7 kòe-sin.
Oat-lâm Chok-ka Hia̍p-hōe
hōe-oân. Bat tit tio̍h Kok-ka
Bûn-ha̍k Siúⁿ.

HŌ TŌA-LÂNG Ê GÍN-Á-KOA
ĐỒNG DAO CHO NGƯỜI LỚN

Ū ta--sí ê chhiū-nâ tī góa sim-lāi iáu chin chhùi-chhiⁿ
Ū oah--leh m̄-koh chhin-chhiūⁿ sí--khì ê lâng

Ū hôe-tap soah chiâⁿ chò mn̄g-kù ê jī-kù
Ū chhōa sè-î soah tòng-chò chhōa bó͘ ê lâng

Ū lāu-pē lāu-bó mā ū ko͘-jî
Ū chin îⁿ ê goeh-niû, m̄-koh bô pn̄g thang chiah
Ū kui-ê ú-tiū, m̄-koh bô chhù thang tòa
Ū bî-bî ê hoaⁿ-hí soah ū tōa-tōa ê ai-pi

Chûn iáu tī hái lìn, chháu iáu chin chheⁿ-chhùi
Jîn-seng hái-hái, lêng-hûn mā chhìn-chhái

Ū ai-pi ū su-liām ū lâu bak-sái mā ū hoaⁿ-hí
Bak chit nih tō kòe chheng nî

1992 nî

Chheⁿ Chháu

THANH THẢO

Chheⁿ Chháu pún-miâ Ô͘ Sêng-kong, 1946 nî chhut-sì. Goân-chek Kóng-gī séng Bō͘-tek koān. Oa̍t-lâm Chok-ka Hiáp-hōe hōe-oân. Bat ti̍t tiỏh Kok-ka Bûn-ha̍k Siúⁿ.

KOÀN-THÂU Ê KOA
BÀI CA ỐNG CỐNG

Kòe-khì hit-kóa pi-chòng ê koa-iâu
Kan-taⁿ tī chheh lìn thàk tiòh
Hit kóa bé-oaⁿ téng-thâu ê kiàm
Chit-má í-keng siuⁿ kū

Goán ê koa-khek
Sī koàn-thâu ê koa
Kái-hòng-kun ê hêng-lí
Choân sè-kài siōng kán-tan

Pn̄g tú sėk tú hian oe-á-kòa
Iáu ū ō͘-á thng
Soaⁿ-téng ê chheⁿ tê-bí iáu siap-siap
Ná lim ná o-ló

Ùi chit ê koàn-thâu
Goán ē-sái chò pah-hāng lō͘-iōng
Lú khùn-khó͘ lú khiáu
Goán ê peng-á siōng piàn-khiàu

Chit kóa tiòh ma-lá-lí-á ê peng-á
Kiò-sī bô khùi-lát kóaⁿ hô͘-sîn
M-koh 1 chām kòe 1 chām
Chit thè-sio tō sûi chhut-hoat hêng-kun

Khang koàn-thâu kat tī io--lìn
I sī tong-kim ê Chiòh-seng[19] oe-á
Chin chē eng-hiông hiông-hiông tōa-hàn
Lóng sī chiàh chit khaⁿ pn̄g

Sòe-goàt ē hō͘ lâng bē-kì
Chin-chē bê-lâng ê koa-khek
M-koh góa chai ùi chit-chām
Chhiūⁿ khek tī chiòh-pôaⁿ
Iàh-sī ōe tī chhiū-khơ

Kin-á-jit ê koa-khek
Pháiⁿ-thiaⁿ iàh hó-thiaⁿ
Lóng sī kán-tan ê jîn-seng thiat-lí
Chhiong-boán kam-tiⁿ hām sim-sng

---

19. Èk-chiá chù-kái: Chiòh-seng oe-á (Nồi Thạch Sanh) sī Oát-lâm ê bîn-kan kò͘-sū, biâu-siá 1 ê sàn-chhiah kó͘-ì koh ióng-kám ê siàu-liân-lâng "Chiòh-seng" ū 1 khaⁿ ē-tàng it-tit ū bí ê oe-á.

Ńg Têng-si
NGUYỄN ĐÌNH THI

Ńg Têng-si, 1924/12/20 tī Liâu-kok Luang Prabang chhut-sì, 2013/4/18 kòe-sin. Goân-chek Hô-lāi. Oa̍t-lâm Chok-ka Hia̍p-hōe hōe-oân. Bat tit tiờh Ố Chì-bêng Bûn-gē Siúⁿ.

SIÀU-LIĀM
NHỚ

Thiⁿ-chhiⁿ siám-sih teh siàu-liām siáng
Thiⁿ-chhiⁿ chhiō tī chiàn-sū hêng-kun ê lō͘ lìn
Hóe-péh tī hân-léng ê àm-mî teh siàu-liām siáng
Hō͘ chiàn-sū ê sim-koaⁿ-lāi un-loán

Góa ài lí tō chhin-chhiūⁿ ài chó͘-kok
Kan-khó͘, siong-pi hām bû-hān ê chhàn-lān
Góa ta̍k kha-pō͘ lóng teh siūⁿ lí
Ta̍k àm ta̍k tǹg mā sī siūⁿ lí

Àm-mî ê thiⁿ-chhiⁿ lóng bē hoa--khì
Lán sio-ì-ài, chit sì-lâng siō kēng
Chhiū-nâ lāi ê hóe-péh tng iām
Lán siong-ài, kiau-ngō͘ teh chò-lâng

1945 nî

36

Ńg Kong-siâu

NGUYỄN QUANG THIỀU

Ńg Kong-siâu, 1957 nî tī Hô-se séng Èng-hô koān chhut-sì. Oat-lâm Chok-ka Hiap-hōe hōe-oân. Bat tit tiòh Kok-ka Bûn-hak Siúⁿ.

HIT KÓA PÍ-JŪ
NHỮNG VÍ DỤ

Hiàn hō͘ goán chng-thâu liat-sū ê khan-chhiú

Sî-kan tiām-tiām lâu jip kó͘-chá ê hûi-á àng lāi-té. Goán chng-thâu hit kóa sí-ang ê cha-bó͘-lâng ká-ná chháu-mé-á siau-sit tī chháu-pû lāi-té. Hṅg-hṅg ê tē-pêng-sòaⁿ ká chit chūn hong lâi. Hong ná liah-kông kā chháu-pû chhoe kah oai-ko-chhih-chhoah. Góa tī chng-thâu ê chīn-pōng, háu kah ná chhiūⁿ gín-á chhōe bô lāu-bó. Góa beh án-chóaⁿ chiah ē-tàng kā hia ê cha-bó͘-lâng chhōe tṅg-lâi leh...

Goán chng-thâu hia bô ang ê cha-bó͘-lâng keng-kah-thâu lóng sī tāng-tàⁿ, tī oan-khiau ná khiau-ku ê sió-lō͘ lìn cháu-chông. In bāng tioh hong-iá khí chūn-hong, jit-thâu lak lóh o͘-àm-kho͘. In bāng tioh kui-mê hoat-sio liáu koh tú-tioh thiⁿ-kng chêng ê chūn-hō͘. Ah góa ná siáu--ê teh liah in kim-kim-siòng. Kim-kim-siòng múi chit-ê pí-jū.

Goán chng-thâu hia bô ang ê cha-bó͘-lâng, hia ê pí-jū, kha bô chhēng ê bô súi. In chek-pī hit tiâu ū goeh-kng àm-mî ê lō͘. In ê ni-thâu thiám kah oai-ko-chhih-chhoah, bô kui-sin hun-bī hām thô͘-bī ê cha-po͘-lâng ē koh kā in phaⁿ. Kan-taⁿ tng niáu-chhí bih tī koaⁿ-chhâ lāi-té thau chiah chhek-á ê siaⁿ chiah ē-tàng kā chia ê cha-bó͘-lâng kiò chhéⁿ. Chiù-thâng kā koaⁿ-chhâ ê siaⁿ mā ē hō͘ in hoan-ló bē khùn tit.

Sî-kan tiām-tiām... tiām-chēng lâu lóh chiah tōa ê hûi-á àng. Goán chng-thâu hit kóa sí-ang ê cha-bó͘-lâng ká-ná chháu-mé-á siau-sit... siau-sit tī chháu-pû lāi-té. Góa sêng khiā leh háu ê siáu--ê. Góa thè hia siau-sit ê pí-jū tōa-siaⁿ háu.

Tán kah góa bô thang sǹg. Goán chng-thâu hia bô ang ê cha-bó͘-lâng koh chhut-hiān. In sūn goéh-kng tī 10 goéh phák chhek-á lō͘ kiâⁿ. In ē thâu-chang kâm tióh iū-á phang-bī tòe goéh-kng sì-kè thòaⁿ. In ê ni-thâu tng chheng-chhun tng siâⁿ--lâng. In ê kha-pō͘ āu-piah, khui-mn̂g liáu sī koa-siaⁿ. Koa-siaⁿ thàng kàu sit-bîn ê cheng-sîn hoān-chiá hia. Hit kóa cheng-sîn hoān-chiá khui-mn̂g kiâⁿ chhut-khì. Hit kóa cha-bó͘-lâng mā chhiùⁿ hit tiâu koa, it-tit kiâⁿ, it-tit kiâⁿ, kiâⁿ kàu bô hia pí-jū ê só͘-chāi.

Chhun-biō, 1992 nî

Iú Chhiáⁿ

HỮU THỈNH

Si-jîn Iú Chhiáⁿ, kong-goân
1942 nî Oat-lâm pak-pō͘ Éng-
hù séng chhut-sì, hiān-chhú-
sî tam-jīm Oat-lâm Chok-ka
Hiap-hōe ê hōe-tiúⁿ, Oat-lâm
Bûn-hak Gē-sut Liân-hap-
hōe ê chú-sek. Bat tit kòe Ơ
Chì-bêng Bûn-gē Siúⁿ.

PHOA^n-CHHIAT[20] Ū GÚN HIA^n-KO

PHAN THIẾT CÓ ANH TÔI

Tō sǹg sī 1 ki chháu-á-ki lí mā bē lâu hō˙ ka-tī
Hiah khoah ê soa^n-phiâ^n, lí mā bē chiàm-iú
Phoa^n-chhiat ê thi^n hām tē ū gún hia^n-ko chò-phōa^n
Tī chia lí tē-it-pái khòa^n tiòh hái.

Kòe hông-khong-hô
Peh kòe he soa^n-kiā ê jit-chí
Tōa hái hiah khoah, hông-khong-hô ėh-chi^n-chi^n
Sió-khóa hoan-sin, péh-soa lak lòh keng-kah-thâu

Hông-khong-hô lāi-té lóng sī hóe-iòh-bī hām chhàu-kōa^n-
sng-bī
Lí ê sim-thiàu í-keng sit-khì khòng-chè
Tàk chūn hong lóng kâm chúi-khì
Tōa-hái ká-ná sī tân chúi-lê beh chhut-phâng ê chûn-chiah

Thi^n chhi^n siū^n chīn phiat-pō˙ lú àm lú kng
Peng-á cháu-chhōe chúi-goân
Tī 12 goėh ê chhiū-nâ lāi-té chhiau-chhōe
Hit tīn lâng lāi-té ū gún hia^n-ko.

Hái-éng chhî^n lâi kā tảk-ke lám--leh
In-ūi kah-ì hái soah sit-kak-chhat
Gún hia^n-ko tī hit pái pỏk-chà kòe-sin
I ê bīn lî chúi kan-ta^n kúi chhùn!

Lí tī chia, góa soah kò teh cháu-chhōe lí
Góa ǹg-bāng ū khùi-lảt peh kòe soa^n-kiā
Tân Cảnh
Sa Thầy
Đắc Pét
Đắc Tô

Góa keng-lẻk kòe lí ê hoat-sio
Góa tú-tiỏh lí kiâ^n-kòe ê hō·-nâ
Siū^n bē kàu Phoa^n-chhiat ê tiong-tàu
Góa ko· 1 lâng bih tī chhia āu-piah háu

Chhiū-nâ goân-chāi, chiàn-tiú^n mā iáu tī leh
Koh kúi pō· tō kàu kok-tō 1 hō à
Cheng-chha kúi pō·
M-koh
Bô châi-tiāu kái-piàn siá^n.

Tng lí sa^n-sî ê sî, chhim-bóng-bóng ê hái sī siá^n-mỉh sek?
Lí iáu mī-chai hit phiàn chhiū-nâ hō·-chò siá^n-mỉh miâ
M-koh góa chai-iá^n, lí tảk-kang lóng khiā tī hia

---

20. Ẻk-chiá chù-kái: Phoa^n-chhiat goân-miâ Phan Thiết, Oảt-lâm Pêng-sūn séng ê keng-chè, chèng-tī hām bûn-hòa ê tiong-sim.

Lí iáu m̄-chai kéng-pò í-keng chhú-siau
Iáu bô chhù-lāi ê siau-sit, bē-jīn-chit góa chit-ê sió-tī
Ka-chài góa iáu bô hông khiā bōng-pâi.

Lí hām soaⁿ-kiā khiā chò-hóe, hām chháu-poˑ kāng-khoán
chhùi-chhiⁿ
Chia ê chháu-poˑ chiâⁿ chò lán ê hiuⁿ-hóe
Chia ê soaⁿ-kiā má sī lán lāu-bó ê kiáⁿ-jî
Chhù-lāi ê saⁿ-tǹg lóng taⁿ tī góa keng-kah-thâu.

Phoaⁿ-chhiat pòaⁿ-mê chhia ê lat-pah siaⁿ
Siâⁿ-chhī ê tiān-hóe chhiō tiòh tiò-hî--ê
Lí bô khùn, tiò-hî--ê mā bô khùn
Hái ta̍k-kang hām lín nn̄g lâng sio-pàng-phoaⁿ
Tō án-ne, Phoaⁿ-chhiat ta̍k-kang ū gún hiaⁿ-ko.

1981 nî

Ñg Tiong-chhong

HOÀNG TRUNG THÔNG

Ñg Tiong-chhong (1925-1993).
Goân-chék Gī-an séng. Oát-lâm
Chok-ka Hiàp-hōe hōe-oân. Bat
tit tiòh Kok-ka Bûn-hàk Siú^n.

TĪ TIONG-LIÁT-SÛ
TRONG NGHĨA TRANG LIỆT SĨ

Góa tī chia, kò͘-hiong ê hong bî-bî-á chhoe
Khòaⁿ he chháu-po͘ chheⁿ-chheⁿ ê bōng
M̄-chai beh kóng siáⁿ
Jit-thâu iām-joảh ê hit e-po͘
Tiū-á chhiⁿ-chhiⁿ-chhiⁿ
Hoe-lúi n̂g-n̂g-n̂g
Góa tī sî-kan ê tōa-hái lìn
Hong kā kui pâi ê bōng-pâi sàng phang-khùi
Chhiū-hiỏh khin-khin lak--lỏh-lâi
Chhin-chhiūⁿ lín ê hoeh tih--lỏh
Thê-chhéⁿ lán chiàn-tàu ê tō-lō͘
Sī iōng kui bān lâng ê hi-seng khí--ê
Góa ê chó͘-kok ùi hái-iûⁿ kàu chhiū-nâ
Sì-kè lóng sī tiong-liảt-sû

Góa àⁿ thâu thảk bōng-pâi ê miâ-jī
Àⁿ thâu thảk múi chit ê chiàn-kong
Thiaⁿ kìⁿ chúi-kau-á ín chúi jip chhân ê siaⁿ

Thia^n kì^n gín-á tòe chiat-chàu pheng-jī ê sia^n
Thia^n kì^n gû pō͘ chháu ê kha-pō͘ sia^n
Thia^n kì^n lê-chhân ê sia^n hām chêng-koa ê sia^n
Cha-hng iáu sī chiàn-tiû^n
Ta^n, seng-oáh bí-boán
Tông-chì ah!
Lí khòa^n lán ê chó͘-kok í-keng bô kâng à

Tiong-liát-sû, hong chhoe chhiū-hiòh
Kui pâi tiām-chēng ê bōng-pâi
Kui chōa n̂g-n̂g-n̂g ê hoe-lúi
Phōa^n góa kòe iām-joáh ê kui e-po͘

Tek Chhong

TRÚC THÔNG

Tek Chhong pún-miâ Tô
Béng-chhong, 1940 nî chhut-
sì. Bo̍k-chiân tòa Hô-lāi. Oa̍t-
lâm Chok-ka Hia̍p-hōe hōe-
oân. Bat tit tio̍h Kok-ka Bûn-
ha̍k Siúⁿ.

KHE-PIⁿ CHHUN HONG
BỜ SÔNG VẪN GIÓ

Kiáⁿ-jî hiàn hō͘ bó-chhin

Hoan-beh hioh tī khe-piⁿ iat-chhiú
Khe-piⁿ hong teh chhoe
    M̄-koh bô khoàiⁿ lâng tī tōe
A-bú, tńg-lâi o͘ h!
Siōng-bóe chit pái...koh chit pái tō hó
Koh tńg-lâi thiàⁿ-sioh he khe-piⁿ liû-súi
Koh tńg-lâi hoâi-liām lán sit khì ê chheng-chhun
Chhiáⁿ kā siōng-bóe chit tih bak-sái kâm leh
A-bú ê bōng-thâu ū a-pa ê hêng-iáⁿ
Lāu chheⁿ-á-châng hām chhù chêng ê tek-hong-pang²¹
Koh thiaⁿ 1 kái hñg-hñg khe piⁿ ê thàu-hong siaⁿ

Góa ǹg-bāng sok-té he tiàu-oán ê lō͘
Koh chit pái tō hó... A-bú chiah chò lí khì...

---

21. Ek-chiá chù-kái: Tek-hong-pang (cái giại) sī Oát-lâm pak-pō͘ lông-chhoan tiāⁿ khoàiⁿ ê tek-á chò ê hong-pang (pîn-hong).

Pe̍h-chiáu

CHIM TRẮNG

Pe̍h-chiáu (1938-2011),
pún-miâ Ô͘ Bûn-pa. Goân-
che̍k Ben-tre chhī. Oa̍t-lâm
Chok-ka Hia̍p-hōe hōe-oân.
Bat tit tio̍h Kok-ka Bûn-ha̍k
Siúⁿ.

HÂN-LÉNG Ê E-PO·SÎ
CHIỀU LẠNH

Lành-goéh, tảh kòe kū ê kha-ìn
Kòe-óng ê lō· hoat chin chē chháu-íⁿ
Soaⁿ-kha àu--khì ê si-thé, chit chūn léng hong
Góa kha-té ê hoeh-jiah iáu o·-tò·-âng

Jit-chí tō án-ne kòe
Chháu-íⁿ chhiⁿ-chhiⁿ, chhiⁿ kah hō· lâng ùi-kôaⁿ
Hia ê hoeh-jiók, í-keng bô·-hô·
Hân-léng ê e-po· sî, tiàu-oán ê lō·, ùi-kôaⁿ ah!

Ông Tiōng

VƯƠNG TRỌNG

Ông Tiōng, pún-miâ Ông Têng-tiōng, 1943 nî tī Gī-an séng To·-niû koān chhut-sì. Oát-lâm Chok-ka Hiáp-hōe hōe-oân. Bat tit tiòh Kok-ka Bûn-hák Siún.

TĪ BĀNG-TIONG HÁU
KHÓC GIỮA CHIÊM BAO

Siàu-liām A-bú

Ū chi̍t pái góa ná chò bāng ná háu
Tng chhut-hiān a-bú siōng kan-khó͘ hit nî ê hêng-iá^n
Hit nî chò tōa-chúi, pò͘-hōa^n pang--khì
A-bú tī boeh-àm-á ta^n tāng-tà^n

Goán hia^n-tī-á iau kui-kang
Àm-thâu-á goán kui tī hō͘-tēng hia chē
Bô mi̍h-kiā^n thang chú thái tō khí hóe
Beh hoan-be̍h ia̍h han-chî mā tio̍h tán a-bú tńg-lâi...

Bāng chhé^n ba̍k-kho͘ iáu tâm-tâm
Góa chi̍t-ê lâng tī àm-iā hoah a-bú
Sui-bóng góa chai-iá^n
Góa ê hoah-sia^n thoân bē kàu kò͘-hiong soa^n-kha a-bú ê bōng-thâu

Góa ê jîn-seng lóng teh liû-lōng
Ta̍k giah tu tòa, ta̍k giah lóng nī-sī kò͘-hiong
A-bú ê kò͘-hiong hiah nih hn̄g
A-bú kòe-sin liáu góa tō chin hán leh tńg-khì

Thaⁿ hiong ê jit-chí góa chhōe tiȯh siáⁿ
Tī chin-sit jîn-seng lāi-té chhōe bô
Ǹg-bāng bāng tiong koh khoàiⁿ tiȯh a-bú ê hêng-iáⁿ
Tō sǹg góa ē háu kah m̄-chai lâng!

1988 nî

Chè Lân-hñg

CHẾ LAN VIÊN

Chè Lân-hñg pún-miâ Phoaⁿ Giỏk-hoan, 1920/10/20 tī Gī-an chhut-sì. Goân-chek Kóng-tī séng Kam-lō̄ koān. 1989/6/19 tī Saigon kòe-sin. Oảt-lâm Chok-ka Hiảp-hōe hōe-oân. Bat tit tiỏh Ố Chì-bêng Bûn-gē Siúⁿ.

SAⁿ-SÎ Ê KOA-SI
TỪ THẾ THI CA

I.

Góa bô-hoat-tō͘ éng-oán lâu lỏh-lâi khoàⁿ hoe
Hóe-chòng soah, góa ē tńg-khì lóng sī hoe ê thian-tông
Khó-sioh hia bô ài-chêng!

II.

Góa chiâⁿ chò àng-á lāi-té ê kut-hu
Lí m̄-thang háu
Hoe-hn̂g ê hoe-chháu iáu chheⁿ-chheⁿ

III.

Tō-sǹg góa ùi tē-kiû siau-sit
Góa iáu ū kui-ê tē-kiû
Sàng hō͘ ka-tī

IV.

Chiù-chhàm góa ê lâng ē kan-khó͘ pháiⁿ-kòe
In bô châi-tiāu koh thâi góa
To-á chhoân piān-piān, in bē pàng lán soah

V.
Góa ē chhin-chiâⁿ pêng-iú ē koh khoàiⁿ tiȯh góa
Tī chháu-pơ
Tī bông-bū
Tī chiȯh-thâu
Ta̍k sì-kè

Góa éng-oán chûn-chāi
M̄-sī kơ̄ bah-thé
Ná hong-poe-soa
Ná ta-chháu tī chhun-thiⁿ koh hoat-íⁿ

43

Pêng Oảt

BẰNG VIỆT

Pêng Oảt pún-miâ Ńg Oảt-pêng, 1941/6/15 chhut-sì. Goân-chèk Hô-lāi chhī. Oảt-lâm Chok-ka Hiảp-hōe hōe-oân. Bat tit tiòh Kok-ka Bûn-hảk Siú^n.

HIT KÓA BĪN-IÔNG
HIT PHIÀN THIⁿ
NHỮNG GƯƠNG MẶT NHỮNG KHOẢNG TRỜI

Sėk-sāi ê chiàn-tiûⁿ, liam-mi ài koh lî-khui
Hong ùi góa ê sin-piⁿ sėh khì thiⁿ-piⁿ
Hit kóa siàu-liân chiàn-sū siong-iok chài-hōe
In ê bīn-iông pêng-hoân kah ná chin-lí
Múi chit ê bīn-iông lóng teh ngiâ-chiap chit-ê thiⁿ!

Tō-sṅg tī tó-ūi mā hām jîn-seng sio khiàm-khoeh
Hit kóa chêng-sòaⁿ ê peng-á tī thô͘-khang chú-pn̄g
Hit kóa Van Kieu[22] ê gín-á, bảk-chiu kim-sih-sih ná chhiùⁿ-koa
Koàn-sì khòaⁿ thàu bông-bông o͘-àm lāi-té ê chhèng-hóe
Chit bảk nih tī pêng-an ê thiⁿ-kha-ē thíⁿ khui bảk-chiu!

Su-liām Tṅg-soaⁿ[23] ê lāu-bú, tī àm-bong-bong ê chhiū-nâ
Chú kóa kin-chio-thng hō͘ gín-á chí-ki
Siàu-liām Sêng-thian[24] ê sió-mōe, hông hi-seng à, bô châi-tiāu
kóng-ōe

---

22. Ėk-chiá chù-kái: Van Kieu (Vân Kiều) sī hun-pò͘ tī Oảt-lâm tiong-pō͘ Kóng-pêng hām Sūn-
hòa ê chió-sò͘ bîn-chỏk.
23. Ėk-chiá chù-kái: Van Kieu (Vân Kiều) sī hun-pò͘ tī Oảt-lâm tiong-pō͘ Kóng-pêng hām Sūn-
hòa ê chió-sò͘ bîn-chỏk.
24. Ėk-chiá chù-kái: Sêng-thian (Thừa Thiên) tō sī Sūn-hòa séng.

Éng-oán lâu hō͘ góa khòng-khoah ê thiⁿ
Góa thè i kā ba̍k-chiu ha̍p leh, hiah nih kim ê ba̍k-chiu!
Tī thòng-khó͘ chêng tiām-chēng, tī hoaⁿ-hí chêng tōa siaⁿ háu

Góa ē-kì-tit kong-tá Kóng-tī[25] hit àm
Goán bān gōa tâi tōa-phàu chò-tīn phah tùi thiⁿ-téng
Chhàn-lān ê hóe-hái siā tùi te̍k-jîn hia khì
Ta̍k-ke hiòng chiân chhiong, ba̍k-sái kâm ba̍k-kîⁿ

Góa it-seng lóng oa̍h tī kám-tōng lāi-té, chiàn-tiûⁿ chó͘-kok ah!
Góa se̍k-sāi ê bīn-iông, tō-sǹg kan-taⁿ khòaⁿ 1 pái, chi̍t sì-lâng
thiàⁿ-sioh...
Gōa-chē thian-chin ê gín-á, gōa-chē chhong-song ê lāu-bó
Hit kóa chiàn-sū nn̄g kòe choân kok ê chiàn-hô
Múi chi̍t ê pêng-hoân ê bīn-iông, keng-kòe chheng pái ê seⁿ-sí
In ê êng-kng chhiō tī góa hām hit phiàn thiⁿ

1970 nî

---

25. E̍k- chiá chù-kái: Kóng-tī (Quảng Trị) sī Oa̍t-lâm tiong-pō͘ ê 1 ê séng.

44

Lê Eng-chhun
LÊ ANH XUÂN - CA LÊ HIẾN

Lê Eng-chhun, tú chhut-sì ê sî mā hông hō chò "Ko Lê-hiàn", 1940 nî 6 goe̍h chhe 5 tī Oa̍t-lâm Ben-tre séng Chiu-siâⁿ koān chhut-sì. I sī 1968 nî lâm-pō chiàn-tiûⁿ hi-seng ê lia̍t-sū, hông hong-chò bú-chong le̍k-liōng eng-hiông. Oa̍t-lâm Chok-ka hia̍p-hōe ê hōe-oân. Bat tit tio̍h Kok-ka Bûn-gē Siúⁿ.

TŃG-LÂI A-KONG A-MÁ Ê KÒ͘-HIONG

TRỞ VỀ QUÊ NỘI

Ū chheⁿ-lìn-lìn iâ-chí-chhiū iáⁿ ê kò͘-hiong ah!
Siūⁿ-bē-kàu góa kin-á-jit ē-tàng oåh leh tńg--lâi
Góa kò͘-hiong ê it-chheh lóng goân-chāi
Sui-jiân chhin-lâng í-keng tī chit-tè thó͘-tē lâu-hoeh
Góa koh khòaⁿ-tiòh ka-tī thiàⁿ-sioh ê hia ê bīn-iông
Goán hō͘-siong khòaⁿ, him-sióng, chhùi koh pá
Goán kā phī-phī-chhoah ê chhiú låk hō͘ ân-ân-ân
Su-liām hō͘ goán ê chhiú piàn sio-loåh

Che tō sī chá-chêng ê tōa-lō͘
Góa tiāⁿ-tiāⁿ tī bāng-tiong kiâⁿ-tåh ê só͘-chāi
Siáⁿ-lâng in tau tiong-tàu-sî tiàu-chhńg kī-koâiⁿ ê siaⁿ
Chin thiàⁿ-sioh, chin su-liām ê kóng-ōe ê siaⁿ
Hia ê peh--ê, âng--ê sian-tan-hoe ah!
Chhin-chhiūⁿ lí hiah thian-chin, ū thâu ū bóe
Chhin-chhiūⁿ lí hiah bí-lē tan-sûn
Lán gín-á-sî bat tī hia sé sin-khu ê sè-tiâu-khe

Khe-chúi chiàu lâu iû-goán bô kái-piàn
Khe-á-kî^n lóng sī kiô-á-sek ê pò·-tē-liân

A-bú thâu-chang pe̍h-pe̍h-pe̍h, kha-chiah ku-ku-ku
Ná thó·-tōa-khùi nā kóng kó· hō· góa thia^n
8 ê gín-á tī hā-khò tńg-khì chhù ê lō·-lìn
In-ūi sio kah chin me̍h ê chà-tôa^n sit-khì sì^n-miā
Te̍k-jîn tī 1 ê chng-thâu lāi-té thâi-sí 10 ê lâng
Chit chiah chûn hō· sí-thé thia̍p kah tī^n-tī^n-tī^n

Chài-khì Ben-tre^{26} kā te̍k-jîn khòng-cheng
Goán ê chng-thâu hông khong-si̍p kúi-lō·-pái
Iâ-chí-chhiū tó kui-phiàn, tek-á-nâ pha-hng
A-bú lîm-sî tah chit ê jia hong-hō· ê pê^n-á
Siū^n-bē-kàu a-bú ê pê^n-á
Hóe-chhi^n iû-goân lâu-tī hit tè thó·-tē
A-bú jit-iā chhau-lô
Tī pì-bi̍t ê hông-khong-hô chhiâ^n-ióng goán ê tông-chì
A-bú it-seng ióng-kám hi-seng

20 nî pó-hō· thó·-tē, pó-hō· chng-thâu
Lí sī Oa̍t-lâm lâm-pō· ê bú-chhin ah
Siū^n-bē-kàu góa ê sió-mōe
Tī hit-ê lîm-sî tah ê pê^n-á kha ê lí í-keng tōa-hàn

---

26. E̍k-chiá chù-kái: Ben-tre (Bến Tre) sī Oa̍t-lâm lâm-pō· Bến Tre séng, chit ê só·-chāi in-ūi chèng iâ-chí ū miâ.

Lí súi kah chhin-chhiūⁿ chhiong-boán oa̍h-le̍k ê chhun-thiⁿ
Keng-kah-thâu ê chhèng mā kah lí kāng-khoán súi
Lí ah! Ūi-siáⁿ-mih lí ê thâu-chang chiah-nī-á phang
Ia̍h-sī lí tú keng-kòe chèng liû-liân ê hn̄g-á
Góa kah-ì lí ê chhiò-siaⁿ
Tiⁿ kah chhin-chhiūⁿ he iâ-chí-chiap

Góa ài lí kiâⁿ-kòe tek-kiō iau-kiau ê chu-sè
Un-jiû ná thiⁿ-téng ê sian-lú
Lí sī iû-kek tūi-oân, lí sī thoân-lēng-peng
Lí sī tāi-piáu goán ê kò͘-hiong
11 tang à, góa sū, góa liām

Tē 1 àm góa tī kò͘-hiong khùn-khì
Sim-lāi kám-kak gōa-nī-á un-loán
Tō-sǹg gōa-bīn tng teh piàⁿ hō͘
Hán-hoah ê tōa-phàu-siaⁿ chùn kah lih-sai-sai
Ah! Goán ê kò͘-hiong chiok súi--ê
Tō-sǹg tōa-lō͘ koh ū chin chē chhà-tôaⁿ-khang
Tō-sǹg lí ê saⁿ koh ū pó͘-thīⁿ ê hûn-giah
Kan-taⁿ ū tiong-sêng, ū-thâu-ū-bóe ê sim
Kah chhiú-lìn tng teh to̍h hóe ê chhèng

1965 nî 9 goe̍h

Lâu Kong-bú
LƯU QUANG VŨ

Lâu Kong-bú (1948-1988).
Oa̍t-lâm Kńg-lâm-séng ê
lâng. Oa̍t-lâm Chok-ka Hia̍p-
hōe ê hōe-oân. Bat tit tio̍h
Ô͘ Chì-bêng Gē-su̍t Bûn-ha̍k
Siún.

SIÂⁿ-CHHĪ HOE-Hn̂G
VƯỜN TRONG PHỐ

Siâⁿ-chhī lāi ū 1 ê chiok liâng-sóng ê hoe-hn̂g
Tī jîn-hái tang-tiong ū góa ê lí
Sio-loa̍h ê kòe-tàu phang-kûn chhut-hoat chhōe bi̍t
Ji̍p-hn̂g liáu-āu bi̍t-phang chhōe bô hong-hiòng

Chhun-hong tiāⁿ tī chit ê hoe-hn̂g liû-loân
Kiô-á-sek ê hoe, chiáu-á ê kiò-siaⁿ, se-lang ê lám-jîn-chhiū,
ji̍t-thâu-kha ê hio̍h-á
Ti-tu lâi-hôe bô-êng thò͘ pe̍h-si
Kóe-chí hong-siu, chhiong-boán oa̍h-le̍k

Chái-khí chháu-ki tâm-lok-lok, sng-lō͘ kàng lo̍h-lâi ê só͘-chāi
Chi̍t-lia̍p sng lak lo̍h chhùi-phóe bīn-téng
Siáⁿ khoán ê léng-khong-khì kā chhiú-pô piàn kah léng-ki-ki?
Chi̍t-sì-lâng mā m̄-chai goân-in......

Àm-mî thiaⁿ-tio̍h hóe-chhia chúi-lê hôe-im ê só͘-chāi
Hiông-hiông siūⁿ tio̍h chin hn̄g ê kò͘-hiong
Lán iok-sok beh tōa-siaⁿ chhiùⁿ kun-koa ê só͘-chāi
Lán bē-kì-lih kā hoe-sok khǹg tī hoe-hn̂g ê tó chit-tah......

Hong hō͘ lâi, chhiū-bóe tng teh chò hong-thai
Kóe-chí kàu hun, tī ám-po͘-chê lâi ê sî, tng tiⁿ tng súi
Hia ê âng--ê, kiô-á-sek ê tē-pêng-sòaⁿ
Hia ê gîn-sek ê chhiⁿ-kûn hō͘ kui ê bóe-àm-á kim-sih-sih

Kin-chio-hió̍h kán-ná chûn-phâng
Tī hēng-hok tang-tiong lâi-lâi-khì-khì ê hi-bāng phâng-chûn
Ài khin-khin, nā bô chûn-phâng ē poe--khì
Chhiūⁿ chhùi-tûn hiah tâm-sip koh un-jiû

Phòa-pêng ê si-koe phang kui-kang
Lí mā chhin-chhiūⁿ loa̍h-thiⁿ ê kóe-chí-chhiū chheng-sóng hō͘
lâng hoaⁿ-hí
Kó͘-tâng hit-khoán ê phôe-hu-sek kap pì-sù ê chhiò-iông
Lí chhin-chhiūⁿ lo̍h-hō͘-liáu thàm-thâu ê chhit sek khēng

Taⁿ góa khì chin hn̄g ê só͘-chāi chham-chiàn
Koh 1 pái khòaⁿ khah-chá ê hoe-hn̂g kám-kak e̍h-chiⁿ-chiⁿ
Chin chē ōe góa iáu bē-hù kóng chhut chhùi
Kui-sim kan-taⁿ kòa-liām góa ê lí

Góa bat poaⁿ-soaⁿ kòe-niá
Jiok gín-á-sî hóe-chhia ê tân-lê-siaⁿ

Hoe-hn̂g lâu-bē-tiâu tńg--lâi ê kha-pō͘
M̄-koh chhiū-oe iû-goân tī hêng-kun ê lō͘-tô͘-tiong thè góa
chah-ńg

Lí chit ê hoe-hn̂g iû-goân sī chheⁿ-chheⁿ-chheⁿ
Sim-lāi ê ài-ì tī chia khai-sí puh-íⁿ
Lán tī hia bán tē 1 pha ê si-kù
Che sī chhiu-thiⁿ nā kàu pėh-hûn iû-goân ē tńg--lâi ê só-
chāi

1967 nî

About this book

This poetry collection was originally published by the Vietnam Writers' Association for the event of Vietnamese literature and international poetry festival in February 2019. This book collected poems from 45 famous Vietnamese poets. Those poems were translated into Taiwanese and Chinese, and published in Taiwan. The translators include Wi-vun CHIUNG (Tưởng Vi Văn), Thái Thị Thanh Thủy, Lù Việt Hùng, Trần Lý Dương and Trần Chính Hùng. This Taiwan edition was co-sponsored by Taiwanese Pen, Association for Taiwanese-Vietnamese Cultural Exchange, Center for Vietnamese Studies at the National Cheng Kung University, Taiwanese Romanization Association, Taiwan's Ministry of Culture and Foundation for New Immigrants - Ministry of Interior Affairs.